활용
필리핀인-한국어
한국인-필리핀어
회화

문예림

활용 필리핀인-한국어, 한국인-필리핀어 회화

개정판 4쇄 인쇄 2023년 12월 20일
개정판 4쇄 발행 2023년 12월 30일

지은이 이기선
펴낸이 서덕일
펴낸곳 도서출판 문예림

출판등록 1962.7.12 (제406-1962-1호)
주소 경기도 파주시 회동길 366 3층 (10881)
전화 (02)499-1281~2 **팩스** (02)499-1283
카카오톡 ("도서출판 문예림" 검색 후 추가)
대표전자우편 info@moonyelim.com **통합홈페이지** www.moonyelim.com

ISBN 978-89-7482-874-5(13730)

잘못된 책이나 파본은 교환해 드립니다.
본 책은 저작권법에 의해 보호를 받는 저작물이므로 무단 전재와 복제를 금합니다.

머 리 말

필리핀은 동남아 국가 중 지리적으로 가장 가까운 나라이다.
7,000여개의 섬과 100여개 이상의 종족으로 구성된 나라이고 종족 수만큼 고유어가 너무 많아 영어가 공용어인 나라이다.
따라서 다른 동남아 국가에 비해 언어문제에 있어서는 특별히 신경 쓰지 않아도 되기 때문에 여행자에게나 체류자에게 부담감을 크게 덜어준다고 알려져 있다.
그러나 필자가 경험한 필리핀 사람들과의 대화에 있어서 그들이 느끼고 있는 영어는 우리가 외국어로서 느끼는 영어와 크게 다르지 않다.
왜냐하면, 영어가 공용어이기 때문에 우리보다 영어를 더 잘 하는 것이 사실이지만, 그들도 일상생활에서는 당연히 모국어인 필리핀어를 사용할 뿐만 아니라 영어를 잘 하지 못하는 사람들도 있기 때문이다.
100여 가지 이상의 고유 언어 중에서 수도 마닐라가 위치한 북부 루손 섬을 중심으로 가장 많은 인구가 사용하고 있는 따갈로그어가 1946년 공식적인 필리핀 국어로 채택되었다.
바야흐로 지구촌 시대를 맞이하여 한국과 필리핀 사이의 년 간 인적교류는 100만 명을 넘어섰고, 더불어 한국인과 필리핀인 사이의 국제결혼도 1만 1,000쌍을 넘어섰다.
본 교재는 필리핀어와 한국어 문법의 간략한 소개와 함께 일상생활에 필요한 단어와 회화용 문장, 한국생활 적응에 필요한 상식을 포함하고 있다. 그동안 부족했던 내용을 보완하여 다시 출판하게 되어 저자로서 기쁘게 생각한다.
끝으로 본 교재의 수정보완에 많은 도움을 준 Amelrida Lee 여사에게 감사한다.

2019년 여름, 충남 공주에서
이기선

Paunang Salita

Ang Pilipinas na nabibilang sa mga bansa sa timog-silangan ay ang pinakamalapit na bansa sa Korea.

Binubuo ang bansang ito ng pitong libong isla at mahigit na isang daang tribo. Ang wikang Ingles ay isa sa mga opisyal na wika dahil sa karamihan ng mga lengguwahe at diyalekto na ginagamit sa mga isla.

Sa dahilang ito, nababatid ng mga Koreano na kung ikukumpara sa ibang mga bansa sa timog-silangan, ang kagalingan sa lengguwaheng pangkomunikasyon na ginagamit sa Pilipinas ay hindi gaanong pinahahalagahan kung kaya nababawasan nang malaki ang hirap ng mga manlalakbay at mga taong namamalagi nang matagal sa Pilipinas.

Ngunit base sa aking karanasan sa pakikipag-usap sa mga Pilipino, ang kanilang damdamin para sa wikang Ingles ay hindi naiiba sa atin.

Ang dahilan ay ginagamit ng mga Pilipino ang kanilang pambansang wikang Tagalog sa pang-araw-araw na buhay, at marami rin sa kanila ang hindi makapagsalita nang mabuti ng Ingles, bagama't sa pangkalahatan ay mas magaling pa rin silang magsalita ng Ingles kaysa mga Koreano dahil Ingles ang kanilang pangalawang opisyal na lengguwaheng gamit.

Noong taong 1946, ang Tagalog na ginagamit sa pangunahing isla ng Luzon at sinasalita ng pinakamaraming tao sa Pilipinas ay nahirang na maging pambansang wika ng Pilipinas mula sa mahigit na 100 katutubong wika.

Sa panahon ng pandaigdigang nayon, ang taunang bilang ng palitang pantao sa pagitan ng Korea at Pilipinas sa isang taon ay lampas na sa isang milyon, at ang pangkalahatang bilang ng internasyonal na pag-aasawa sa pagitan ng dalawang bansa ay umabot na nang mahigit sa labing-isang libo.

Ang aklat na ito ay naglalaman ng maikling pagpapakilala ng gramatika ng Filipino at Koreano, kasama ang mga salita at ang mga pangungusap para sa pang-araw-araw na buhay at sariling isip para sa pagbagay sa buhay ng Korea.

Masaya akong bilang may-akda na muling magpalathala ng aklat-araling ito pagkasuplemento ng kulang na nilalaman.

Bilang pangwakas, nagpapasalamat ako kay Gng. Amelrida Lee sa kanyang tulong upang korekin ang aklat na ito.

Tag-init, 2019 Nasa Gongju City, Chung-Nam, Korea
LEE, KI SUN

목 차

Talâ ng mgá Nilálamán

Kabanatà 1 : Pagbasa at Balarilà ng Wikang Filipino
제1부 : 필리핀어 읽기와 문법

- Seksyon 1 : Abakada at Bigkás · 14
  제1과 : 알파벳과 발음

- Seksyon 2 : Balarilà · 18
  제2과 : 문법

Kabanata 2 : Pagbasa at Balarilà ng Wikang Koreano
제2부 : 한국어 읽기와 문법

- Seksyon 1 : Abakada at Bigkás · 30
  제1과 : 자모와 발음

- Seksyon 2 : Balarilà · 36
  제2과 : 문법

Kabanata 3 : Mgá salitáng Pang-araw-araw
제 3부 : 생활 단어들

Ⅰ. Kaugnayan sa Pamilya : 가족 관계　　　　· 46
Ⅱ. Kailanán : 수사　　　　　　　　　　　　　· 52
Ⅲ. Panahón at Oras : 때와 시간　　　　　　　· 60
Ⅳ. Edád : 나이　　　　　　　　　　　　　　· 68
Ⅴ. Kulay : 색　　　　　　　　　　　　　　　· 70
Ⅵ. Mgá pang-uring Pandamá : 감각에 관한 형용사들 · 72
Ⅶ. Gawì : 방향　　　　　　　　　　　　　　· 74
Ⅷ. Yunit ng Pagsusukat : 측정 단위　　　　　· 76
Ⅸ. Katawán : 신체　　　　　　　　　　　　　· 78
Ⅹ. Pangalan ng Sakít at gamót : 병명과 약　　· 80
Ⅺ. Sasakyán at Lugár : 교통수단과 장소　　　· 84
Ⅻ. Mgá Bagay sa Loób ng Bahay : 살림살이　· 88
ⅩⅢ. Kagamitán sa Pamumuhay : 생활용품　　　· 94
ⅩⅣ. Kagamitáng Pang-CR : 욕실용품　　　　　· 98
ⅩⅤ. Pampagandá at Kagamitáng Pansanggól
　　 : 화장품과 아기용품　　　　　　　　　　· 100
ⅩⅥ. Mgá salitáng Magkasalungát
　　 : 형용사 반대어 모음　　　　　　　　　　· 102

Kabanata 4 : Kapakí-pakinabang na mgá Pangungusap
제4부 : 유용한 대화들

A. Sa Pilipinas : 필리핀에서

   Seksyon 1 : Sa unang Pagtatagpô
   제1과 : 처음 만날 때 · 106

   Sekston 2 : Magkásintahan at Mag-asawa
   제2과 : 연인관계, 부부관계 · 112

   Seksyon 3 : Sa Pagkakasál
   제3과 : 결혼식장에서 · 118

   Seksyon 4 : Sa Restaurán
   제4과 : 식당에서 · 121

   Seksyon 5 : Pagtatanóng ng Daán
   제5과 : 길 묻기 · 126

   Seksyon 6 : Sa Otél
   제6과 : 호텔에서 · 131

B. Sa Korea : 한국에서

　Seksyon 1 : Sa Imigrasyón ng Airport
　제 1 과 : 공항 출입국 관리소에서　　　· 138

　Seksyon 2 : Kapág Dumatíng na ang Babaing Ikinasál
　　　　　　　sa Bahay ng Asawa
　제 2 과 : 아내가 시댁에 도착했을 때　　· 142

　Seksyon 3 : Pagpasok at Pag-uwi ng Asawa mulâ sa
　　　　　　　Trabaho
　제 3 과 : 남편의 출퇴근　　　　　　　· 147

　Seksyon 4 : Pagbatì
　제 4 과 : 인사　　　　　　　　　　　· 151

　Seksyon 5 : Katánúngan at Kaságútan
　제 5 과 : 질문, 대답　　　　　　　　· 161

　Seksyon 6 : Pagpapasalamat at Paghingî ng Tawad
　제 6 과 : 감사, 사과　　　　　　　　· 176

　Seksyon 7 : Paki-usap at Paanyaya
　제 7 과 : 부탁, 권유　　　　　　　　· 180

　Seksyon 8 : Ang Tumawag at Tumangáp sa Telépono
　제 8 과 : 전화 걸기, 받기　　　　　　· 193

Seksyon 9 : Halagá
제 9 과 : 가격　　　　　　　　　　· 197

Seksyon 10 : Shopping
제 10 과 : 쇼핑　　　　　　　　　· 200

Seksyon 11 : Pagkain
제 11 과 : 식사　　　　　　　　　· 215

Seksyon 12 : Katawán, Pagkakasakít,
　　　　　　Pagpapagalíng at Pagbubuntís
제 12 과 : 몸, 병, 치료, 임신　　　· 229

Seksyon 13 : Paglalakbáy
제 13 과 : 여행　　　　　　　　　· 250

Seksyon 14 : Ang Pagpapayapà sa Asawang Babae na
　　　　　　Galít
제 14 과 : 화난 아내 달래기　　　· 258

Seksyon 15 : Kaarawán ng Asawang Babae
제 15 과 : 아내의 생일　　　　　· 264

Seksyon 16 : Paghahanap ng trabahadór,
　　　　　　Panayam para sa trabaho
제 16 과 : 구인, 인터뷰　　　　　· 267

Kabanatà 5 : Apendiks
제5부 : 부록

Ⅰ. 상호간의 호칭 · 272
Ang Tawagán sa Bawat Isá

Ⅱ. 생활예절 · 282
Mgá Magandáng Asal Pang-araw-araw

Ⅲ. 국기, 국가, 국화 · 310
Pambansáng Watawat, Pambansáng Awit at Pambansáng Bulaklák

Kabanatà 1

Pagbasa at Balarilà ng Wikang Filipino

제1장 : 필리핀어 읽기와 문법

Seksyon 1 : Abakada at Bigkás

● 제1과　알파벳과 발음 ●

1. 알파벳 읽기 - Pagbasa ng Abakada

철자	읽기	철자	읽기
A a	에이	Ñ ñ	니예
B b	비	NG ng	엔지
C c	씨	O o	오
D d	디	P p	피
E e	이	Q q	큐
F f	에프	R r	아-르
G g	지	S s	에스
H h	에치	T t	티
I i	아이	U u	유
J j	제이	V v	브이
K k	케이	W w	더블유
L l	엘	X x	엑스
M m	엠	Y y	와이
N n	엔	Z z	제-트

※ 1946년 독립국가가 되고나서 식민지문화를 청산하기 위해 서둘러서 20개 문자의 따갈로그어를 그대로 필리핀 국어로 선포하였으나 1987년에 영어단어와 스페인어단어 그리고 각종 토속어를 쉽게 혼용할 수 있도록 8개를 추가한 28개의 알파벳을 새로운 필리핀 국어로 다시 선포하였다. 여기에는 26개 영어의 알파벳 전부와 따갈로그어 고유 알파벳 NG[엔지]그리고 스페인어 단어를 위한 Ñ[니예]로 구성되어 있다.

※ 현재의 공식적인 필리핀어(Filipino)는 26개의 영어 철자에 ñ[니예]와 ng[엔지], 2개가 추가되었으며, 나머지 철자의 발음은 영어와 동일하다.

※ 필리핀어 단어는 영어 단어와 다르게 불규칙한 발음이 없기 때문에 별도의 발음기호가 없는 대신 악센트의 유형이 4개이다.

2. 모음: A, E, I, O, U

1) 발음: 단어 내에서는 [아], [에], [이], [오], [우]로 발음된다.
   pulís [뿔리스] ------ 경찰
2) 복모음: ay[아이], aw[아우], uy[우이], oy[오이], ey[에이], iw[이우]
   baboy[바-보이] ---- 돼지
   kilay[끼-ㄹ라이] ---- 눈썹
3) Y는 위의 복모음용으로 사용되거나 a, o와 결합하여 ya[야], yo[요]로 발음된다.
   nayon[나-욘] ------ 마을, 동내, 구역
   estasyón[에스따숀] -- 역(기차, 지하철)

3. 자음: B, C, D, F, G, H, J, K, L, M, N, Ñ, NG, P, Q, R, S, T, V, W, X, Z

1) 발음: K, P, Ñ, NG, T를 제외하고 영어의 자음 알파벳과 같다.
2) K는 'ㄲ'에 가깝게, P는 'ㅃ'에 가깝게, T는 'ㄸ'에 가깝다.

ikáw[이까우]------------ 너
payong[빠-용]---------- 우산
tayo[따-요]------------- 우리

3) Ñ는 결합되는 모음 앞에 Y가 삽입된 발음을 낸다. 스페인어로 된 지명과 인명에 사용된다.
Las Piñas[라스 삐-냐스]---------- 라스삐냐스(지명)
Esqueña[에스꿰-냐]-------------- 에스꿰냐(이름의 성)

4) NG
a) 모음과 결합하여 鼻音(비음)이 가미된 [ㅇ]으로 발음한다.
nga[ㅇ아], nge[ㅇ에], ngi[ㅇ이], ngo[ㅇ오], ngu[ㅇ우]
ngipin[ㅇ이-삔] ------- 치아
ngunit[ㅇ우-닛] ------- 그러나
b) 단독으로 사용되면 [낭]으로 발음된다.
Lapis ng gurò[라-삐스 낭 구-로']: 선생님의 연필
bahay ng lalaki[바-하이 낭 라라-끼]: 그 남자의 집
c) 단어의 끝에 사용되면 [ㅇ]으로 발음된다.
ang[앙] --------- 주격관사
sayang[사-양] ---- 안 됐군요!

5) 'd'가 'iy'나 'y'와 결합된 단어는 [ㅈ]으로 발음된다.
Diyós[지요스] --- 신, 하느님
radyo[라-죠] --- 라디오

4. 악센트 기호

1) 악센트 표시가 없는 단어(2음절 이상의 단어)
   * 단어의 어미로부터 두 번째 음절을 길고 강하게 발음한다.
   * 악센트 종류 중 가장 많은 단어가 여기에 해당된다.
   lalaki[라라-끼] --------------- 남자
   babae[바바-에] --------------- 여자
   asukal[아수-깔] -------------- 설탕
   mainit[마이-닛] -------------- 뜨겁다, 덥다

2) 語尾(어미) 음절의 單母音(단모음) 기호: (´)
   * 강하고 길지 않게 발음한다.
   anák[아낙] ----------------- 어린이
   amá[아마] ----------------- 아버지
   asó[아소] ------------------ 연기

3) 마지막 음절 성문 폐쇄 기호: (^)
   * 마지막 음절에서 기관지 구멍을 빨리 닫아 모음을 짧게 끊어 발음한다.
   basâ[바사'] --------------- 젖은
   kayâ[까야'] --------------- 그러므로
   isdâ[이스다'] -------------- 생선

4) 語尾(어미) 둘째 음절 장모음 및 어미 모음 성문 폐쇄 기호: (`)
   * 어미에서 둘째 모음은 강하고 길게 발음하고, 어미의 모음은 기관지 구멍을 빨리 닫아 발음을 짧게 끊는다.
   * 1)과 3)이 복합된 악센트이다
   lawà[라-와'] ------------------ 호수
   punò[뿌-노'] ----------------- 나무
   bagà[바-가'] ----------------- 폐, 허파

Seksyon 2 : Balarilà

● 제2과 문법 ●

1. 인칭대명사와 지시대명사

A. 인칭대명사(단수)

구분		1인칭	2인칭	3인칭
주격		akó[아꼬]:나	ikáw/ka [이까우/까]:너	siyá[시야]:그이
소유격 (~의)	전부수식	ákin [아-낀] :나의	iyó[이요] :너의	kanyá[깐야] :그의
	후부수식	ko[꼬]	mo[모]	niyá[니야]
조격 (~에 의해)	전부수식	akin :나에 의해	iyó :너에 의해	kanyá :그에 의해
	후부수식	ko	mo	niyá
목적격 (간접)	sa[사] (~에게)	sa akin :나에게	sa iyó :너에게	sa kanyá :그에게
	para sa [빠-라 사] (~를 위해)	para sa akin :나를 위해	para sa iyó :너를 위해	para sa kanyá :그를 위해

☞ 소유격과 조격의 '전부수식'은 인칭대명사가 단어 앞에서, 후부수식'은 단어 뒤에서 수식하는 경우이다.
　Ang aking bahay(=Ang bahay ko) ay malakí.
　　[앙 아-낑 바-하이(=앙 바-하이 꼬) 아이 말라끼]
　　나의 집은 크다.(My house is big)

☞ Ikáw는 "주어+ay+서술어(1형식)" 문장에서, ka는 "서술어+주어(2형식)" 문장에서 사용되는 주격대명사이다.
 Ikáw ay lalaki.[이카우 아이 랄라-끼] = Lalaki ka.[랄라-끼 까]
 너는 남자다.
☞ siyá는 남성, 여성(he, she) 모두에게 사용한다.
☞ 따갈로그어는 대명사를 직접목적격으로 사용하지 않는다.
☞ 따갈로그어는 2형식 문장이 회화체에 사용되는 통상적인 문장이고, 1형식 문장은 연설문 등의 문어체 형식에서 사용되는 도치문이다.

B. 인칭대명사(복수)

구분		1인칭		2인칭	3인칭
주격		tayo[따-요] :우리	kamí[까미] :우리	kayó[까요] :너희들	silá[실라] ::그들
소유격	전부수식	atin[아-띤] :우리의	amin[아-민] :우리의	inyó[인요] :너희들의	kanilá[까닐라] :그들의
	후부수식	natin[나-띤]	namin[나-민]	ninyó[닌요]	nilá[닐라]
조격	전부수식	atin :우리에 의해	amin :우리에 의해	inyó :너희들에 의해	kanilá :그들에 의해
	후부수식	natin	namin	ninyó	nilá
목적격 (간접)	sa	sa atin :우리에게	sa amin :우리에게	sa inyó :너희들에게	sa kanilá :그들에게
	para sa	para sa atin :우리를 위해	para sa amin :우리를 위해	para sa inyó :너희들을 위해	para sa kanilá :그들을 위해

☞ kamí는 대화를 듣고 있는 상대를 제외하고 말하는 사람과 3인칭 상대만 포함(나와 그 사람)하고, tayo는 대화를 듣고 있는 상대까지 포함(나, 너, 그 사람).

Kamí ay estudiyánte.[까미 아이 에스투쟈-ㄴ떼]
우리들은 학생입니다.
☞ 사람이름의 소유격 표시는 이름 앞에 ni(복수: nina)를 사용한다.
Lapis ni Jose[라-피스 니 호-세]: 호세의 연필

C. 지시대명사(itó[이또], iyán[이얀], iyón[이욘])와 파생어

구분	소유 (~의)	장소	위치/방향 (~에)	비유 (~처럼, ~와 같이)	보이는 대상물의 위치/방향(~에)
itó/ 이것	nitó	dito/ 여기	nárito	ganitó	eto(heto)
iyán/ 그것	niyán	diyán/ 거기	náriyán	ganyán	ayán(hayán)
iyón/ 저것	niyón	doón/ 저기	nároón	ganoón(ganón)	ayún(hayún)

Itó ay si Tom.[이또 아이 시 톰]
이 사람은 톰이다.
Ang bahay niyón ay malinis.[앙 바-하이 니욘 아이 말리-니스]
저 사람의 집은 깨끗하다.
Doón tayo pumuntá.[도온 따-요 뿌문따]
저기로 가자.
Nárito ang bahay ko.[나-리또 앙 바-하이 꼬]
나의 집은 여기에 있다.
Ganitó ang gustó mong barò.[가니또 앙 구스또 몽 바-로']
이것은 너가 좋아하는 옷과 같다.
Ayún ang anák ni Tom.[아윤 앙 아낙 니 톰]
톰의 아이가 저기에 있다.

2. 관사 및 연결어

A. 관사
  1) si(복수 siná): 사람 이름 앞에서만 사용(인칭관사).
  2) ang(복수 ang mgá): 보통명사가 주격일 때 사용(주격관사).
     * 보통명사의 복수는 명사 앞에 mgá[망아]를 사용.

B. 연결어

  1) ay : 1형식 문장에서 주어와 서술어를 연결해 주는 기능 외에 다른 의미는 없다.(2형식 문장에서는 없어진다.)
     Akó ay pulís.[아꼬 아이 뿔리스]: 나는 경찰이다.-- 1형식
     Pulís akó.[뿔리스 아꼬]: 나는 경찰이다.---------- 2형식
  2) na/~ng: 명사와 명사, 명사와 형용사, 형용사와 명사, 명사와 대명사, 대명사와 형용사 등의 사이에 두어 서로 수식하는 관계를 나타낸다.
     a) na는 앞의 단어가 'n'을 제외한 자음으로 끝난 경우
        bahay na malakí[바-하이 나 말라끼]: 큰 집
     b) ~ng은 모음으로 끝난 단어의 접미사로 붙여서 사용.
        magandáng babae[마간당 바바-에]: 아름다운 여자
     c) n으로 끝난 단어는 n대신 ng를 붙인다.
        uláng malakás[울랑 말라까스]: 세차게 내리는 비
        * 수식관계의 두 단어는 위치가 바뀌어도 의미는 동일하다.
          uláng malakás ---   malakás na ulán[말라까스 나 울란]

3. 동사의 활용

필리핀어 동사는 명사 또는 형용사의 어근에 여러 가지 접사를 붙여서 능동형 의미와 수동형 의미를 비롯하여 여러 가지 의미를 표현하는 동사로 변형시켜 활용한다.

접사의 종류에 따라 활용하는 방법(부정사, 명령, 과거, 현재, 미래)도 다르다.
접사의 종류는 크게 능동형 접사와 수동형 접사로 구분한다.
아래에 열거한 접사별 동사의 종류는 극히 일부임을 참고 바란다.
* 능동사용 접사: um[움], mag[막], ma[마], maka[마까], 등
* 수동사용 접사: in(hin)[인/힌], ma[마], paki[빠끼], i[이], an(han)[안/한], pa-in(hin)[빠~인/힌] 등

A. UM동사

어근	부정사	명령/과거	현재(진행)	미래	뜻
awit[아-윌]	umawit	umawit	umááwit	ááwit	노래하다
bilí[빌리]	bumilí	bumilí	bumíbilí	bíbilí	사다
kain[까-인]	kumain	kumain	kumákáin	kákáin	먹다

Umááwit ang mgá batà sa páaralán.
[움아-아-윌 앙 망아 바-따' 사 빠-아랄란]
아이들이 학교에서 노래를 부르고 있습니다.(현재진행)

B. MAG동사

어근	부정사/명령	과거	현재(진행)	미래	뜻
bayad [바-야드]	magbayad	nagbayad	nagbábáyad	magbábáyad	지불하다
benta [베-ㄴ따]	magbenta	nagbenta	nagbébénta	magbébénta	팔다
linis [리-니스]	maglinis	naglinis	naglílínis	maglílínis	청소하다

Maglílínis ka ba ng silíd iyó sa Linggó?
[막리-ㄹ리니스 까 바 낭 실릳 이요 사 링고]
너는 이번 일요일에 너의 방을 청소하느냐?(미래)

* ng의 용법
  - 능동태 문장에서 보통명사의 목적격(위 예문 참조)
  - 보통명사의 소유격
    kotse ng gurò[꼬-쩨 낭 구-로']: 선생님의 자동차
  - 수동태 문장에서 보통명사의 조격
    Kinain ng aso ang isdâ.[끼나-인 낭 아-소 앙 이스다']
    그 생선은 개에게(개에 의해) 먹혔다.

C. MA동사(능동사)

어근	부정사/명령	과거	현재(진행)	미래	뜻
hulog [후-ㄹ로그]	mahulog	nahulog	nahúlhúog	mahúhúlog	떨어지다
ligò[리-고']	maligò	naligò	nalíligò	malíligò	목욕하다
noód[노오드]	manoód	nanoód	nanónoód	manónoód	주시하다
takót[따-꼳]	matakót	natakót	natátákot	matátákot	두려워하다

Huwág kang matakót.[후왁 깡 마따-꼳]
두려워하지 마라.(명령)

D. IN/HIN동사

어근	부정사/명령	과거	현재	미래	뜻
kain[까-인]	kainin	kinain	kinákáin	kákáinin	먹히다
dakíp[다낍]	dakpín	dinakíp	dinádakíp	dádakpín	잡히다
dalá[달라]	dalhín	dinalá	dinádalá	dádalhín	운반되다
gamít[가밑]	gamitín	ginamít	ginágamít	gágamitín	사용되다
hati[하-띠']	hatiin	hinatì	hináhatì	háhatiin	나누어지다

Kákaínin ni Tom ang isdâ.[까-까이-닌 니 톰 앙 이스다']
생선은 톰에 의해 먹힐 것이다. → 톰은 생선을 먹을 것이다.
* 필리핀인은 일상회화에서 수동태문장을 선호한다. 따라서 우리는 수동형문장이라도 능동형 의미로 받아들여야 한다.
* 수동태문장에서 동작자가 사람이름일 경우 ni, 기타 명사일 경우는 ng을 앞에 둔다

E. AN/HAN동사

부정사/명령	과거	현재	미래	뜻
anyayahan [안야야-한]	inanyayahan	ináanyayáhan	áanyayáhan	초대받다
buksán [북산]	binuksán	binúbuksán	búbuksán	열리다
ayawán [아야완]	inayawán	ináayawán	áayawán	거부되다
bantayán [반따얀]	binantayán	binábantayán	bábantayán	주목되다
bayaran [바야-란]	binayaran	binábayáran	bábayáran	지불되다

Buksán mo ang bintanà.[북산 모 앙 빈따-나']
너에 의해 창문이 열려라. → 창문을 열어라.(명령)

4. 의문문

A. 일반 의문문: 의문조사 ba를 사용하는 의문문(문장 끝에서 억양을 올림.)

1) 1형식 문장: 주어 다음에 ba를 사용.
Silá ba ay áalís na?[실라 바 아이 아-알리스 나]
그들은 지금 떠납니까?

2) 2형식 문장: 서술어 다음에 ba를 사용
Kákáin na ba akó?[까-까-인 나 바 아꼬]: 지금 먹을까요?

B. 의문사 의문문: 의문사를 사용하는 의문문(일반적으로 ba를 사용하지 않으나 격식을 차리기 위해 사용하기도 하며, 문장 끝에서 억양을 내림.)

의문사	뜻	예 문
Sino?[시-노]	누구?	Sino pô kayó?[시-노 뽀' 까요] 당신은 누구입니까?
Anó?[아노]	무엇?	Anó pô ang pangalan ninyó? [아노 뽀' 앙 빵아-ㄹ란 닌요] 당신의 이름은 무엇입니까?
Alín?[알린]	어느 것?	Alín pô ang inyóng gustó? [알린 뽀' 앙 인용 구-스또] 어느 것이 좋습니까?
Kanino? [까니-노]	누구의?	Kanino ang bahay na iyán? [까니-노 앙 바-하이 나 이얀] 그 집은 누구의 것이냐?
	누구에게?	Kanino ka pumúpuntá[까니-노 까 뿌무-뿐따] 너는 누구에게 가느냐?
Kung kanino? [꿍 까니노]	누구와?	Kung kanino ba siyá sumama? [사 까니-노 바 시야 수마-마] 그는 누구와 함께 갔느냐?
Para kanino? [빠-라 까니-노]	누구를 위해?	Para kanino pô ba iyán? [빠-라 까니-노 뽀' 바 이얀] 그것은 누구를 위한 것입니까?
Ilán?[일란]	몇… ?	Ilán pô ang anák ninyó? [일란 뽀' 앙 아낙 닌요] 당신의 아이는 몇 명입니까?

Kailán?[까일란]	언제?	Kailan kayó dumatíng sa Pilipinas? [까일란 까요 두마띵 사 삘리삐-나스] 당신은 언제 필리핀에 도착했습니까?
Násaán? [나-사안]	지금 어디에?	Nasaán pô siyá?[나-사안 뽀ˋ 시야] 그는 지금 어디에 있습니까?
Saán?[사안]	어디에/ 어디로?	Saán pumuntá siyá[사안 뿌문따 시야] 그는 어디로 갔느냐? Saán ang CR?[사안 앙 씨알] 화장실은 어디야?
Magkano? [막까-노]	(가격)얼마?	Magkano pô ang aklát na itó?[막까-노 뽀ˋ 앙 아끌랕 나 이또] 이 책은 얼마입니까?
Paano? [빠아-노]	어떻게?	Paano ka púpunta?[빠아노 까 뿌-뿐따] 너는 어떻게 가느냐?
Bakit?[바-낕]	왜?	Bakit siyá nagágálit?[바-낕 시야 나가-가-ㄹ맅] 왜 그는 화가 났어?
Gaano? [가아-노]	얼마나?	Gaano kalayò ang bahay ninyó? [가아-노 말라-요ˋ 앙 바-하이 닌요] 당신의 집은 얼마나 멉니까?

* pô는 존칭으로서 경어를 써야 할 상대(연장자, 손님 등)에게 쓴다. 친구나 나이가 아래인 상대에게는 사용하지 않는다.
  영어의 sir 또는 madam에 해당된다.
* Násaán은 움직이는 물체, Saán은 고정된 물체에 대한 의문부사

5. 긍정과 부정

A. 상대의 질문에 대해 "예"라고 하는 표현은 oo[오-오]이며, 경어체는 opò[오-뽀'](Yes, sir) 또는 ohò[오-호']이다.

Opò, si Smith akó.[오-오 시 스미쓰 아꼬]:
예, 나는 스미쓰입니다.

B. "아니다"라고 하는 표현은 hindî[힌디']이며, 경어체는 hindî pô[힌디' 뽀]이다.

Hindî pô magandá ang babae.[힌디' 뽀' 마간다 앙 바바-에]
그 여자는 아름답지 않습니다.

6. 접속사: Pang-ugnáy[빵우그나이]

A. at[앝]: 그리고, ~와

gabí at araw[가비 앝 아-라우] : 밤과 낮
* 앞의 단어가 모음으로 끝나면 at를 't로 줄여서 사용한다.
gabí't araw[가빝 아라우] : 밤과 낮
ikáw at akó[이까우 앝 아꼬] : 너와 나

B. o[오]: 또는, ~아니면

Gustó kong lumakad o lumangóy.
[구-스또 꽁 루마-까드 오 루망오이]
나는 걷거나 수영하기를 좋아한다.
ikáw o akó[이까우 오 아꼬] : 너 아니면 나

C. nguni't[ㅇ우-닡]:그러나

    Ang kutsilyong itó ay malakí nguni't magaán.
    [앙 꾸찌-ㄹ룡 이또 아이 말라끼 ㅇ우-닡 마가안]
    이 칼은 크지만 가볍다.

7. 전치사: Pang-ukol[빵 우-꼴]

따갈로그어는 sa 하나로 장소, 방향 등을 나타내는 대부분의 전치사적 표현(~로, ~부터, ~안에, ~안으로, ~곁에, ~위에, ~에서, ~를 통해)이 가능하다.

    Umawit kamí sa silíd-áralan.[움아-윝 까미 사 실릿 아-랄란]
    우리는 교실에서 노래하였다.
    Pumuntá siyá sa Seoul kahapon.[뿌문따 시야 사 서울 까하-뽄]
    그들은 어제 서울로 갔다.
    Ang mgá mansanas sa mesa ay sariwà.
    [앙 망아 만사-나스 사 메사 아이 사리-와']
    테이블 위에 있는 사과들은 신선하다.

Kabanata 2

Pagbasa at Balarila ng Wikang Koreano

제2장 : 한국어(한글) 읽기와 문법

Seksyon 1 : Abakada at Bigkas

● 제1과 자모와 발음 ●

1. Saligang Abakada ng wikang Koreano: 한글 기본 자모

Katinig[Pagbabasa]	Patinig[Pagbabasa]
ㄱ[gi yeog]	ㅏ[a]
ㄴ[ni eun]	ㅑ[ya]
ㄷ[di geut]	ㅓ[eo]
ㄹ[ri eul]	ㅕ[yeo[
ㅁ[mi eum]	ㅗ[o]
ㅂ[bi eub]	ㅛ[yo]
ㅅ[si ot]	ㅜ[u]
ㅇ[i eung]	ㅠ[yu]
ㅈ[ji eut]	ㅡ[eu]
ㅊ[chi eut]	ㅣ[i]
ㅋ[ki euk]	* abakada: 알파벳[alpabet] 자모[jamo] * katinig: 자음[jaeum] * patinig: 모음[moeum]
ㅌ[ti eut]	
ㅍ[pi eup]	
ㅎ[hi eut]	

2. Bigkas ng Abakada: 자모의 발음

	Abakada[아바까-다]	Bigkas[빅까스]
Tanging Patinig [따-ㅇ잉 빠띠-닉] 단모음 [danmoeum]	ㅏ	a
	ㅑ	ya
	ㅓ	eo
	ㅕ	yeo
	ㅗ	o
	ㅛ	yo
	ㅜ	u
	ㅠ	yu
	ㅡ	eu
	ㅣ	i
	ㅐ(ㅏ+ㅣ)	ae
	ㅔ(ㅓ+ㅣ)	e
Dobleng Patinig [도-블렝 빠띠-닉] 이중모음 [ijungmoeum]	ㅒ(ㅑ+ㅣ)	yae
	ㅖ(ㅕ+ㅣ)	ye
	ㅚ(ㅗ+ㅣ)	oe
	ㅟ(ㅜ+ㅣ)	wi
	ㅢ(ㅡ+ㅣ)	eui
	ㅘ(ㅗ+ㅏ)	wa
	ㅙ(ㅗ+ㅐ)	wae
	ㅝ(ㅜ+ㅓ)	wo
	ㅞ(ㅜ+ㅔ)	we

Tanging Katinig [따-ㅇ잉 까띠-닉] 단자음 [danjaeum]	ㄱ	g, k
	ㄴ	n
	ㄷ	d
	ㄹ	r, l
	ㅁ	m
	ㅂ	b
	ㅅ	s
	ㅇ	-(wala), ng
	ㅈ	j
	ㅊ	ch
	ㅋ	k
	ㅌ	t
	ㅍ	p
	ㅎ	h
Kambal na Katinig [깜발 나 까띠-닉] 쌍자음 [ssangjaeum]	ㄲ	kk
	ㄸ	dd
	ㅃ	bb
	ㅆ	ss
	ㅉ	jj
Dobleng Katinig [도-블렝 까띠-닉] 겹받침 [gyeopbatchim]]	ㄱㅅ ㄴㅈ, ㄴㅎ ㄹㄱ, ㄹㅁ, ㄹㅂ, ㄹㅅ, ㄹㅌ, ㄹㅍ, ㄹㅎ ㅂㅅ * Ginagamit bilang katinig na pang-ilalim lang.	

◎ Ang isang pantig(음절) ay binubuo sa pamamagitan ng 'Unang katinig+Patinig' o 'Unang katinig+Patinig+Katinig na Pang-ilalim'.
Ang unang katinig ay tanging katinig o kambal na katinig.

◎ Katinig na pang-ilalim(받침자음)
Lahat na katinig maliban sa ㄸ, ㅃ, ㅉ ay ginagamit bilang katinig sa ilalim ng isáng titik.

음악[eumak]:músika
→ ㅁ at ㄱ ay mgá katinig na pang-ilalim.
강[gang]:ilog→ㅇ ay katinig na pang-ilalim
새[sae]:ibon→Walang katinig na pang-ilalim
많다[manta]:marami→ㄴㅎ ay isáng dobleng
   katinig na pang-ilalim.

◎ Pagbasa ng katinig na pang-ilalim(받침자음 읽기)

- Bigkas ng ㄱ: ㄱ, ㄲ, ㄱㅅ

넋[neok]: kaluluwa
학교[hakkyo]: paaralan
밖[bak]: labas

- Bigkas ng ㄴ: ㄴ, ㄴㅈ, ㄴㅎ

안[an]: loob
앉다[andda]: umupo
많다[manta]: marami

- Bigkas ng ㄷ: ㄷ

닫다[daddda]: magsara
듣다[deuddda]: pakinggan

- Bigkas ng ㄹ: ㄹ, ㄹㄱ, ㄹㅁ, ㄹㅂ, ㄹㅅ, ㄹㅌ, ㄹㅍ, ㄹㅎ

알다[alda]: malaman
늙다[neuldda]:maging matanda
굶다[gumdda]: magutom
외곬[oegol]: tanging daan/paraan
핥다[haldda]: dilaan
싫다[silta]:ayaw

- Bigkas ng ㅁ: ㅁ, ㄹㅁ

꿈[kkum]: panaginip
닮다[damdda]: matulad

- Bigkas ng ㅂ: ㅂ, ㅂㅅ, ㄹㅂ

값[gap]: halaga
밥[bab]: kanin
밟다[bapdda]: tapakan

- Bigkas ng ㅅ: ㅅ, ㅆ, ㄹㅅ

웃다[utdda]: tumawa
갔다[gatdda]: pumunta(pang-nagdaan ng salitang 가다)

- Bigkas ng ㅇ : ㅇ

> 공항[gonghang]: paliparan
> 오징어[ojingeo]: pusit

- Bigkas ng ㅈ : ㅈ, ㄴㅈ

> 맞다[madda]: tama

- Bigkas ng ㅋ : ㅋ

> 부엌[bueok]: kusina

- Bigkas ng ㅌ : ㅌ, ㄹㅌ

> 붙이다[buchida]: dumikit

- Bigkas ng ㅍ : ㅍ, ㄹㅍ

> 갚다[gapda]: magbayad
> 읊다[eupdda]: bumikas

- Bigkas ng ㅎ : ㅎ, ㄴㅎ, ㄹㅎ

> 좋다[jota]: mabuti
> 잃다[ilta]: mawalan

Seksyon 2 : Balarila

● 제2과 문법 ●

Ⅰ. Panghalip na Panao at Pamatlig

1. Panghalip na Panao(인칭대명사)

	Filipino	Koreano	Tawag na ma-galang	Tawag na Pormal	Tawag na di-pormal	tandaan
Isahan 단수	ako	나[na]	저[jeo] 제[je]		내[nae]	
	ikaw	너[neo]		당신[dangsin] 사장님 [sajangnim] 선생님 [seonsaengnim]	네[ne] 자네[jane]	
	siya	그[geu] 그이[geu-i] 그녀[geu-nyeo]		그분 [geubun]		그녀(그 여자): siyang babae 그이(그 남자): siyang lalaki
Mara-mihan 복수	tayo	우리[uri]	저희 [jeohi]			
	kayo	너희 [neohi]		당신들[~deul] 사장님들[~deul] 선생님들[~deul]	자네들 [janedeul]	
	sila	그들 [geudeul]		그분들[~deul]		그 여자들: silang babae 그 남자들: silang lalaki

* Ang '~들" ay hulaping pangmarami.

2. Panghalip na Pamatlíg(지시대명사)

Sa susunod ay pinapaliwanag ang paggamit ng '이, 그, 저' sa pamamagitan ng iba't ibang kaso bilang panghalip na pamatlig sa halimbawa.

1) Pag tumawag ng bagay.
   - 이것(들)[igeot(deul): (mga) bagay na ito
   - 그것(들)[geugeot(deul)]: (mga) bagay na iyan
   - 저것(들)[jeogeot[deul]: (mga) bagay na iyon

2) Pag tumawag ng silya
   - 이 의자(들)[i euija(deul)]: (mga) silyang ito
   - 그 의자(들)[geu euija(deul)]: (mga) silyang iyan
   - 저 의자(들)[jeo euija[deul]: (mga) silyang iyon

3) Pag tumawag ng tao.
   - 이 사람(들)[i saram(deul): (mga) taong ito
   - 그 사람(들)[geu saram(deul)]: (mga) taong iyan
   - 저 사람(들)[jeo saram(deul)]: (mga) taong na iyon

4) Pag tumawag ng estudyante.
   - 이 학생(들)[i haksang(deul): (mga) estudyantng ito
   - 그 학생(들)[geu haksaeng(deul)]: (mga) estudyanteng iyan
   - 저 학생(들)[jeo haksaeng(deul)]: (mga) estudyanteng iyon

Ⅱ. Balangkás ng pangungusap(문장형식)

> Mga katawagan ng wikang Koreano
> 1. Salitang walang deklinasyon(체언): Panghalip(대명사), Pangngalan(명사), Pamilang(수사)
> 2. Postposisyon(PP: 조사) ay para sa salitang walang deklinasyon
> 3. Salitang may deklinasyon(용언): Pandiwa(동사), Pang-uri(형용사)
> * Ang PP ay dapat na sulatin sa likod ng salitang walang deklinasyon nang walang agwat.
> * Sa pamamagitan ng iba't ibang hulapi sa salitang may deklinasyon ay pinagpapahayagan ang lahat ng kalagayan.
> * Sa wikang Koreano, ang pang-uri ay may pagbabanghay ng panahunan tulad ng pandiwa.

1. Simuno + Simunong postposisyon(가/이/은/는) + Panaguring pansimuno

- Simunò : Salitang walang deklinasyon
- Panaguring pansimuno : Salitang walang deklinasyon, Pang-uri(형용사), Pandiwang kátawanín(자동사)
  · 날씨가 좋아요.[nalssiga joayo]
    Ang panahón po ay magandá.[앙 빠나혼 뽀' 아이 마간다]
  · 저는 호세입니다.[jeoneun hoseimnida]
    Akó pô ay si Jose.[아꼬 뽀' 아이 시 호세]
  * Pag ang panaguring pansimuno ay salitang walang deklinasyon, dapat mayroong PP-pampanaguring ~이다, ~이에요, ~예요, ~입니다, ~입니까? Atbp.
- PP-pansimuno(가 at 는) ay ginagamit pag walang katinig na pang-ilalim ang simuno.
  · 영수가 아픕니다.[yeongsooga apeumnida]
    Si Youngsoo po ay masakít.[시 영수 뽀' 아이 마사낕]

- 나는 대학생이다.[naneun daehaksaengida]
  Akó'y estudyante ng kolehiyo.
  [아꼬이 에스투쟈-ㄴ테 낭 콜레히-요]
- PP-pansimuno(이 at 은) ay ginagamit pag may katinig na pang-ilalim ang simuno.
  - 저의 집은 가깝습니다.[jeoeui jibeun gakkapseumnida]
    Ang aking bahay po ay malapit.
    [앙 아-낑 바-하이 뽀' 아이 말라-뻴]
  - 방이 깨끗해요.[bangi kkaekkeuthaeyo]
    Malinis po ang kuwarto.[말리-니스 뽀' 앙 꾸와-르또]

2. Simunò + PP-pansimuno(가/이/은/는) + Layon + PP-panlayon(을/를) + Pandiwang Palipát(타동사)

- Simunò: Salitang walang deklinasyon
- Layon: Salitang walang deklinasyon
  - 저는 딸기를 좋아해요.[jeoneun ddalgireul joahaeyo]
    Gustó ko pô ng presa.[구-스또 꼬 뽀' 낭 쁘레-사]
  - 나는 너를 사랑해.[naneun neoreul saranghae]
    Mahal kita.[마할 끼따]
- PP-panlayon(을) ay ginagamit pag may katinig na pang-ilalim ang layon.
  - 저는 밥을 먹었어요.[jeoneun babeul meogeosseoyo]
    Akó pô ay kumain ng kanin.[아꼬 뽀' 아이 꾸마-인 낭 까-닌]
  - 나는 물을 마시고 싶다.[naneun muleul masigo sipda]
    Gusto kong uminom ng tubig.[구스또 꽁 움이놈 낭 뚜-빅]

- PP-panlayon(를) ay ginagamit pag walang katinig na pang-ilalim ang layon.
  - 당신은 영어를 공부하고 있습니다.
    [dangsineun yeongeoreul gongbuhago isseumnida]
    Ikáw pô ay nag-ááral ng Inglés.
    [이까우 뽀' 아이 낙아-아-랄 낭 잉글레스]

3. Simunò + PP-pansimuno(가/이/는/은) + Di-túwírang Layon + PP-pansalitang-abay(에게) + Túwírang Layon + PP-panlayon(을/를) + Datibong Pandiwà
   - Simunò: Salitang walang deklinasyon
   - Di-túwírang Layon: Salitang walang deklinasyon
   - Túwírang Layon: Salitang walang deklinasyon
     - 나는 영수에게 그 책을 주었다.
       [naneun Youngsooege geu chaegeul jueotdda]
       Ibinigáy ko ang aklát na iyán kay Yeongsu.
       [이비니가이 꼬 앙 아끌랕 나 이얀 까이 영수]

Tandaan : Katawagang pambalarila(문법용어)

* PP-pangkaukulan(격조사)
  - PP-pansimuno(주격조사): ~가, ~이, ~은, ~는
  - PP-panlayon(목적격조사): ~을, ~를
  - PP-pansalitang-abay(부사격조사): ~에게, ~에서, Atbp
  - PP-pampanaguri(서술격조사): ~이다.

Ⅲ. Panahunan ng 용언

Ang 용언 sa wikang Koreano ay maaring hatiin bilang 용언 na regular(규칙용언) na walang pagbabago ang salitang-ugat at 용언 na iregular(불규칙용언) na may pagbabago ang salitang-ugat. Ang 불규칙용언 ay mas komplikado kaysa sa 규칙용언 sa pagbabanghay.

1. Panahong pangnagdaan - 과거시제

	Pawatas 부정사	Paraan ng pagbabago 변화과정	Pangnagdaan 과거	Kahulugan 뜻
Huling bokal ng salitang-ugat (ㅏ, ㅗ, ㅐ) +'(아)ㅆ다'	가다	가+았다	갔다[gatdda]	pumuntá[뿌문따]
	오다	오+았다	왔다[watdda]	dumatíng [두마띵]
	놀다	놀+았다	놀았다[nolatdda]	naglarô [낙라로.']
	알다	알+았다	알았다[alatdda]	nákilala[나-낄랄라]
	새다	새+았다	샜다[saetdda]	tumagas[뚜마-가스]
Huling bokal ng salitang-ugat (ㅓ, ㅜ, ㅡ, ㅟ)+'었다'	읽다	읽+었다	읽었다[ilgeotdda]	bumasa[부마-사]
	배우다	배우+었다	배웠다[baewotdda]	nátúto[나-뚜-또]
	쉬다	쉬+었다	쉬었다[swieotdda]	nagpahingá[낙빠힝아]
	쓰다	쓰+었다	썼다[sseotdda]	sumulat[수무-랏]
	죽다	죽+었다	죽었다[jugeotdda]	namatáy[나마따이]
	늦다	늦+었다	늦었다[neujeotdda]	nahulí[나훌리]
Hulapi ng 용언 (하다)+'였다'	공부하다	공부하+였다	공부했다 [gongbuhaetdda]	nag-aral[낙아-랄]
	요리하다	요리하+였다	요리했다 [yorihaetdda]	naglutò[낙루-또.']
	사랑하다	사랑하+였다	사랑했다 [saranghaetdda]	nagmahál[낙마할]
	강하다	강하+였다	강했다[ganghaetdda]	malakas noon

2. Panahong pandarating - 미래시제

	Pawatas 부정사	Paraan ng pagbabago 변화과정	Pandarating 미래	Kahulugan 뜻
salitang-ugat +'을 것이다'	죽다	죽+을것이다	죽을 것이다 [jugeul geosida]	mámamatáy [마-마마따이]
	먹다	먹+을것이다	먹을 것이다 [meogeul geosida]	kákain[까-까인]
salitang-ugat +'ㄹ 것이다'	만나다	만나+ㄹ것이다	만날 것이다 [mannal geosida]	sasalubong [사사-루-봉]
	시원하다	시원하+ㄹ것이다	시원할 것이다 [siwonhal geosida]	malamíg [말라믹]

3. Panahong pangkasalukuyan - 현재시제

		Pawatas 부정사	Paraan ng pagbabago 변화과정	Pangkasalukuyan 현재	Kahulugan 뜻
salitang-ugat + '아요/어요/여요' *Pang-araw-araw (구어체)	Huling bokal ng salitang-ugat(ㅏ,ㅗ,ㅐ) +'아요'	사다	사+아요	사요[sayo]	bumíbilí [부미-빌리]
		보다	보+아요	봐요[bwayo]	nákikita [나-끼끼따]
		가다	가+아요	가요[gayo]	pumúpuntá [뿌무-뿐따]
		오다	오+아요	와요[wayo]	dumárating [두마-라띵]
		개다	개+아요	개요[gaeyo]	nagtútupî [낙뚜-뚜삐']

salitang-ugat + '아요/어요/여요' *Pang-araw-araw (구어)	Huling bokal ng salitang-ugat(ㅣ, ㅓ, ㅡ, ㅜ, ㅟ) +'어요'	섞다	섞+어요	섞어요 [seokkeoyo]	naghahalo [낙하-하-ㄹ로']
		어렵다 ☞1	어려우+어요	어려워요 [eoryeowoyo]	mahirap[마히-랖]
		쓸다	쓸+어요	쓸어요 [sseuleoyo]	nagwawalis [낙와-왈리스]
		듣다 ☞2	들+어요	들어요 [deuleoyo]	nakikinig [나끼-끼닉]
	Hulaping 용언(하다) + 해요'	청소하다	청소하+여요	청소해요 [cheongso haeyo]	naglilinis [skr리-리-니스]
Pampánitikán (문어)	salitang-ugat + 'ㅂ니다'	살다 ☞3	살+ㅂ니다	삽니다 [samnida]	nabubuhay [나부-부하이]
		몰다	몰+ㅂ니다	몹니다 [momnida]	nagmamaneho [낙마-마네-호]
		싸다	싸+ㅂ니다	쌉니다 [ssamnida]	mura[무-라]
	salitang-ugat + '습니다'	작다	작+습니다	작습니다 [jakseumnida]	maliit[말리잇]

☞1 : Kapag ang katinig na pang-ilalim ng salitang-ugat na ㅂ ay ikinakabit sa 아요/어요/여요, pinapalitan ang ㅂ ng 우.

☞2 : Kapag ang katinig na pang-ilalim ng salitang-ugat na ㄷ ay ikinakabit sa 아요/어요/여요, pinapalitan ang ㄷ ng ㄹ.

☞3 : Kapag ang katinig na pang-ilalim ng salitang-ugat na ㄹ ay ikinakabit sa ㅂ니다, ang ㄹ ay mawáwalâ.

* '~요', '~ㅂ니다' ay gginagamit sa usapang Koreano para maging magalang tulad 'po' sa Tagalog.

4. Progresibong pangkasalukuyan - 현재진행

	Pawatas 부정사	Paraan ng pagbabago 변화과정	Progesibong pangkasalukuyan 현재진행	Kahulugan 뜻
salitang- ugat +'고 있다'	공부하다	공부하+고 있다	공부하고 있다 [gongbuhago itdda]	nag-aaral [낙아-아-랄]
	마시다	마시+고 있다	마시고 있다 [masigo itdda]	umiinom [움이-이놈]

Ⅳ. Paari - 소유격

PP-pampaari 소유격 조사	Kailanan 수	Panghalíp paarî 소유격 대명사	Kahulugán 뜻	
~의 [~eui]	isáhan 단수	나의/내[naeui/nae] 저의/제[jeoeui/je)]	akin[아-낀] ko[꼬]	
		너의(네)[neoeui/ne] 당신의[dangsineui]	iyo[이요] mo[모]	
		그의[geueui]	kanya[깐야] niya[니야]	
	Pangmarami 복수	우리의[urieui] 저희의[jeohuieui]	atin[아-띤] natin[나-띤]	amin[아-민] namin[나-민]
		너희의[neohuieui] 당신들의[dangsindeuleui]	inyó[인요] ninyó[닌요]	
		그들의[geudeuleui]	nila[닐라] kanila[까닐라]	

V. Salitang Pananong: 의문사

Koreano	Filipino	Halimbawang Pangungusap
누구[nugu]	Sino	당신은 누구입니까?[dangsineun ~imnika] Sino po kayo?
무엇/무슨 /어떤 [mueot /museun eoddeon/]	Ano	이것은 무엇이예요?[igeoseun mueosieyo] Ano po ito? 무슨(어떤) 음식을 좋아해?[~ eumsigeul joahae] Ano ang pagkaing gusto mo?
어느 (것) [eoneu (geot)]	Alin	어느 것이 너의 책이냐?[~ geosi neoeui chaekinya] Alin ang aklat mo?
몇[myeot]	Ilan	하루에 몇 시간 일해요?[harue ~ sigan ilhaeyo] Ilang oras kayo nagtatrabaho?
몇 째 [myeot jjae]	Ika-ilan	너는 몇 째 아들이냐?[neoneun ~ ~ adeulinya] Ika-ilan kang anak na lalaki?
언제[eonje]	Kailan	우리는 언제 출발해요?[urineun ~ chulbalhaeyo] Kailan po tayo aalis?
어디[eodi]	Saan/ Nasaan	너는 어디에서 자느냐?[neoneun eodieseo janeunya] Saan ka tutulog?
어떻게 [eoddeoke]	Paano	그는 어떻게 갑니까?[geuneun ~ gamnikka] Paano po siya pupunta?
왜[wae]	Bakit	왜 영어를 공부해요?[~ yeongeoreul gongbuhaeyo] Bakit kayo nag-aaral ng Ingles?
얼마나 [eolmana]	Gaano	학교는 얼마나 멀어요?[hakkyoneun ~ meoleoyo] Gaano pong kalayo ang paaralan?
얼마[eolma]	Magkano	이 신발은 얼마예요?[i sinbaleun ~yeyo] Magkano po ang sapatos na ito?

Kabanatà 3

Mgá salitáng Pang-araw-araw

제3장 : 생활 단어들

I. Kaugnayan sa Pamilya
가족 관계

한국어: Wikang Koreano		Filipino: 필리핀어	
단어:salitâ	Bigkás:발음	단어	발음
(친)할아버지	(chin)harabeoji	lolo(sa amá)	로-르로(사 아마)
(친)할머니	(chin)halmeoni	lola(sa amá)	로-르라(사 아마)
외할아버지	oiharabeoji	lolo sa iná	로-르로 사 이나
외할머니	oihalmeoni	lola sa iná	로-르라 사 이나
아버지	abeoji	amá	아마
어머니	eomeoni	iná	이나
아빠	appa	tatay, itay	따-따이, 이-따이
엄마	eomma	nanay, inay	나-나이, 이-나이
부모	bumo	magulang	마구-르랑
아들	adeul	anák na lalaki	아낙 나 랄라-끼
딸	ddal	anák na babae	아낙 나 바바-에
남매	nammae	kapatid	까빠띠드
형제	hyeonje	kapatíd na lalaki	까빠띠드 나 랄라-끼
자매	jamae	kapatíd na babae	까빠띠드 나 바바에
형	hyeong	kuya	꾸-야
오빠	oppa	kuya	"
누나	nuna	ate	아-떼
언니	eonni	ate	"
남동생	namdongsaeng	nakababatang kapatíd na lalaki	나까바바-땅 까빠띠드 나 랄라-끼
여동생	yeodongsaeng	nakababatang kapatíd na babae	나까바바-땅 까빠띠드 나 바바-에
사돈	sadon	balae	발라-에

장인	jangin	amá ng misis ko	아마 낭 미-시스 꼬
장모	jangmo	iná ng misis ko	이나 낭 미-시스 꼬
시아버지	siabeoji	amá ng mister ko	아마 낭 미-스떠 꼬
시어머니	sieomeoni	iná ng mister ko	이나 낭 미-스떠 꼬
친척	chincheog	kamag-anak	까-막아-낙
이웃	iut	kapit-bahay	까삗바-하이
조부모	jobumo	mgá nunò	망아 누-노'
삼촌	samchon	tiyó sa amá	띠요 사 아마
숙모	sugmo	asawa ng tiyó sa amá	아시-와 낭 띠요 사 아마
외삼촌	oisámchon	tiyó sa iná	띠요 사 이나
외숙모	oisugmo	asawa ng tiyó sa iná	아사-와 낭 띠요 사 이나
형부/매부	hyeongbu/maebu	asawa ng ate	아사-와 낭 아-떼
형수/올케	hyeongsu/olke	asawa ng kuya	아사-와 낭 꾸-야
이모	imo	tiyá sa iná	띠야 사 이나
이모부	imobu	asawa ng tiyá sa iná	아사-와 낭 띠야 사 이나
고모	gomo	tiyá sa amá	띠야 사 아마
고모부	gomobu	asawa ng tiyá sa amá	아사와 낭 띠야 사 아마
사위	sawi	manugang na lalaki	마누-강 나 랄라-끼
며느리	myeoneuri	manugang na babae	마누-강 나 바바-에

* Ang 형, 누나, 매부, 형수 ay tawag ng lalaki.
* Ang 오빠, 언니, 형부, 올케 ay tawag ng babae.

조카	joka	pamangkíng lalaki	빠망낑 랄라-끼
질녀	jilnyeo	pamangking babae	빠망낑 바바-에
사촌	sachon	pinsán	삔산
손자	sonja	apóng lalaki	아뽕 랄라-끼
손녀	sonnyeo	apong babae	아뽕 바바-에
동서	dongseo	bilás	빌라스
대부	daebu	ninong	니-농
대모	daemo	ninang	니-낭
아주버니	ajubeoni	nakatatandang bayaw ng mister	나까따-딴당 바야우 낭 미스터
시동생	sidongsaeng	nakababatang bayáw ng mister	나까바바-땅 바야우 낭 미스터
처남	cheonam	nakababatang bayáw ng misis	나까바바-땅 바야우 낭 미-시스
처제	cheoje	nakababatang hipag ng misis	나까바바-땅 히-빡 낭 미-시스
시누이	sinui	nakababatang hipag ng mister	나까바바-땅 히-빡 낭 미스터
아기	agi	sanggól	상골
장남	jangnam	panganay na lalaki	빵아-나이 나 랄라-끼
장녀	jangnyeo	panganay na babae	빵아-나이 나 바바-에
막내	magnae	bunsô	분소'
아저씨	ajeossi	mamà	마-마'
아주머니	ajumeoni	ale	아-레
남편	nampyeon	asawang lalaki	아사-왕 랄라-끼
아내	anae	asawang babae	아사-왕 바바-에

* Ang 동서 ay tinatawag sa pagitan ng parehong kasarian.

- Itó pô ay lolo namin.
  [이또 뽀ˊ 아이 로-ㄹ로 나-민]
  이분은 우리 할아버지예요.
  [ibuneun uri harabeojyeyo]

- Ang anák na babae ko pô ay nakatirá sa Seoul.
  [앙 아낙 나 바바-에 꼬 뽀ˊ 아이 나까띠라 사 서울]
  저의 딸은 서울에서 살고 있습니다.
  [jeoeui ddaleun seouleseo salgo isseumnida]

- Namatáy pô ang aking iná noóng akó'y pitóng taóng gulang lamang.
  [나마따이 뽀ˊ 앙 아-낑 이나 노옹 아꼬이 삐똥 따옹 구-ㄹ랑 라-망]
  어머니는 제가 겨우 일곱 살 때 돌아가셨습니다.
  [eomeonineun jega gyeou ilgob sal ddae doragasyeosseumnida]

- Mayroón pô akóng isáng anák na lalaki lamang.
  [마이로온 뽀ˊ 아꽁 이상 아낙 나 라라-끼 라-망]
  저는 아들 하나만 있습니다.
  [jeoneun adeul hanaman isseumnida]

II Kailanán: 수사

1. Númérong Kardenál(기수)
A: Filipino(필리핀어)

한국어: Koreano		Filipino: 필리핀어
Numero ng Tsino ☞1	Numero ng Koreano ☞2	
영[yeong], 공[gong]		sero[세-로]
일[il]	하나[hana]	isá[이사]
이[i]	둘[dul]	dalawá[달라와]
삼[sam]	셋[set]	tatló[따뜰로]
사[sa]	넷[net]	apat[아-빹]
오[o]	다섯[daseot]	limá[리마]
육[yuk]	여섯[yeoseot]	anim[아-님]
칠[chil]	일곱[ilgob]	pitó[삐또]
팔[pal]	여덟[yeodeol]	waló[왈로]
구[gu]	아홉[ahob]	siyám[시얌]
십[sib]	열[yeol]	sampû[삼뿌']
십일[sibil]	열하나[yeolhana]	labing-isá[라빙이사]
십이[sibi]	열둘[yeoldul]	labindalawá[라빈달라와]
십삼[sibsam]	열셋[yeolset]	labintatló[라빈따뜰로]
십사[sibsa]	열넷[yeolnet]	labing-apat[라빙아-빹]
십오[sibo]	열다섯[yeoldaseot]	labinlimá[라빈리마]
십육[sibyuk]	열여섯[yeolyeoseot]	labing-anim[라빙아-님]
십칠[sibchil]	열일곱[yeolilgob]	labimpitó[라빔삐또]

십팔[sibpal]	열여덟[yeolyeodeol]	labingwaló[라빙왈로]
십구[sibgu]	열아홉[yeolahob]	labinsiyám[라빈시얌]
이십[isib]	스물[seumul]	dalawampû[달라왐뿌']
삼십[samsib]	서른[seureun]	tatlumpû[따뜰룸뿌']
사십[sasib]	마흔[maheun]	apatnapû[아-빹나뿌']
오십[osib]	쉰[swin]	limampû[리맘뿌']
육십[yuksib]	예순[yesun]	animnapû[아님나뿌']
칠십[chilsib]	이른[ireun]	pitumpû[삐뚬뿌']
팔십[palsib]	여든[yeodeun]	walumpû[왈룸뿌']
구십[gusib]	아흔[aheun]	siaymnapû[시얌나뿌']
백[baek]		sandaán[산다안]
천[cheon]		libo[리-보]
만[man]		sampúng libo[삼뿡리-보]
십만[sibman]		sandaan libo[산다안 리-보]
백만[baekman]		milyón[밀룐]

☞ 1 : Sa pagbilang ng araw, linggó, buwán, taón, minutó, segundo, pera at ibá pa: 일, 주, 월, 년, 분, 초, 돈 따위 셀 때
☞ 2 : Sa pagbilang ng panahón, bagay, gulang at iba pa:
시간, 물건, 나이 따위 셀 때
 * 필리핀어에서 기수와 서수의 숫자 표현은 따갈로그어와 스페인어를 함께 사용한다. 특히 시간을 말할 때는 스페인어를 주로 쓴다.

B. Kastilà(스페인어)

한국어: Koreano		Kastilà: 스페인어
영[yeong], 공[gong]		
일[il]	하나[hana]	uno[우-노]
이[i]	둘[dul]	dos[도스]
삼[sam]	셋[set]	tres[뜨레스]
사[sa]	넷[net]	kuwatro[꾸와-뜨로]
오[o]	다섯[daseot]	singko[시-ㅇ꼬]
육[yuk]	여섯[yeoseot]	saís[사이스]
칠[chil]	일곱[ilgob]	siyete[시예-떼]
팔[pal]	여덟[yeodeol]	otso[오-쪼]
구[gu]	아홉[ahob]	nuwebe[누웨-베]
십[sib]	열[yeol]	diyés[지에스]
십일[sibil]	열하나[yeolhana]	onse[오-ㄴ세]
십이[sibi]	열둘[yeoldul]	dose[도-세]
십삼[sibsam]	열셋[yeolset]	trese[뜨레-세]
십사[sibsa]	열넷[yeolnet]	katorse[까또-르세]
십오[sibo]	열다섯[yeoldaseot]	kinse[끼-ㄴ세]
십육[sibyuk]	열여섯[yeolyeoseot]	disisaís[디시사이스]
십칠[sibchil]	열일곱[yeolilgob]	disisiyete[디시시예-떼]
십팔[sibpal]	열여덟[yeolyeodeol]	disiotso[디시오-쪼]
십구[sibgu]	열아홉[yeolahob]	disinuwebe[디시누웨-베]

이십[isib]	스물[seumul]	beynte[베인떼]
삼십[samsib]	서른[seureun]	treynta[뜨레인따]
사십[sasib]	마흔[maheun]	kuwarenta[꾸와레-ㄴ따]
오십[osib]	쉰[swin]	singkuwenta[싱꾸웨-ㄴ따]
육십[yuksib]	예순[yesun]	sesenta[세세-ㄴ따]
칠십[chilsib]	이른[ireun]	setenta[세떼-ㄴ따]
팔십[palsib]	여든[yeodeun]	otsenta[오쩨-ㄴ따]
구십[gusib]	아흔[aheun]	nobenta[노베-ㄴ따]
백[baek]		siyento[시예-ㄴ또]
이백[ibaek]		dos siyentos[도스 시예-ㄴ또스]
천[cheon]		mil[밀]
만[man]		diyés mil[지에스 밀]
십만[sibman]		siyento mil[시예-ㄴ또 밀]
백만[baekman]		milyón[밀욘]

- Tatló pô kamí roón kahapon.
  [따뜰로 뽀‘ 까미 로온 까하-뽄]
  어제 우리 셋이 저기에 있었습니다.
  [eoje uri sesi jeogie isseosseumnida]

- Singkuwenta pô lang ang pera ko.
  [싱꾸웨-ㄴ따 뽀‘ 랑 앙 뻬라 꼬]
  저는 오십 페소 밖에 없습니다.
  [jeoneun osib peso bakke eobsseumnida]

3. Pagbilang ng bagay na ibá't ibá(여러 가지 물건 세기)

Filipino 필리핀어	Bigkas 발음	Koreano 한국어	Bigkas 발음
isáng bahay	이상 바-하이	집 한 채	jib han chae
isáng kotse	이상 꼬-쩨	차 한 대	cha han dae
dalawáng silíd	달라왕 실릳	방 두 칸	bang du kan
dalawang aklát	달라왕 아끌랕	책 두 권	chaek du gwon
tatlóng kuwaderno	따뜰롱 꾸와데-르노	공책 세 권	gongchaek se gwon
tatlóng pirasong papél	따뜰롱 삐라-송 빠뻴	종이 세 장	jongi se jang
isáng pares na sapatos/medyas	이상 빠-레스 나 사빠-또스/메-쟈스	구두 한 켤레/양말 한 켤레	gudu han kyeolle/ yangmal han kyeolle
apat na mansanas	아-빹 나 만사-나스	사과 네 개	sagwa ne gae
limáng kahón na ramyeon	리망 까혼 나 라면	라면 다섯 박스	ramyeon daseot bakseu
anim na tao	아-님 나 따-오	여섯 명	yeoseot myeong
pitong pulís	삐똥 뿔리스	경찰관 일곱 명	gyeongchalgwan ilgob myeong
pitóng aso/manók	삐똥 아-소/마놐	개/닭 일곱 마리	gae/dak ilgob mari
siyám na taóng gulang	시얌 나 따옹 구-르랑	여덟 살	yeodeolsal
sampúng boteng serbesa/alak	삼뿡 보-뗑 세르베-사/아-르랔	맥주/포도주 열 병	maekju/podoju yeol byeong
daláwang tasang tubig	달라왕 따-상 뚜-빅	물 두 컵	mul du keop
tatlóng basong kapé/tsa	따뜰롱 바-송 까뻬/짜	커피/차 세 잔	keopi/cha se jan
limáng sakóng bigás	리망 사-꽁 비가스	쌀 다섯 포대	ssal daseot podae
daláwang kutsarang asukal	달라왕 꾸짜-랑 아수-깔	설탕 두 수푼	seoltang du supun

limáng kilong asukal	리망 끼-ㄹ롱 아수-깔	설탕 오 킬로	seoltang o kilo
dalawáng pen	달라왕 뻰	펜 두 자루	pen du jaru
isáng repolyo	이상 레뽀-ㄹ료	양배추 한 포기	yangbaechu han pogi
isáng kumpól na bulaklák	이상 꿈뽈 나 부락락	꽃 한 다발	kkot han dabal
isáng kumpól na ubas	이상 꿈뽈 나 우-바스	포도 한 송이	podo han songi
isáng bulaklák	이상 부락락	꽃 한 송이	kkot han songi
isáng gabí	이상 가비	한 밤	han bam
tatlóng terno	따뜰롱 떼-ㄹ노	정장 세 벌	jeongjang se beol
tatlóng tawag na telépono	따뜰롱 따-왁 나 뗄레-뽀노	전화 세 통	jeonhwa se tong
isáng pakwán	이상 빡완	수박 한 통	subak han tong
dalawáng kahón na kimchi	달라왕 까혼 나 김치	김치 두 통	kimchi du tong
isáng bungkós na saging	이상 붕코스 나 사-깅	바나나 한 송이	banana han songi
apat na punò	아-빹 나 뿌-노'	나무 네 그루	namu ne geuru
isáng balutan na manggá	이상 발루-딴 나 망가	망고 한 봉지	manggo han bongji
isáng mangkók na kanin	이상 망꼭 나 까-닌	밥 한 그릇/공기	bap han geureut/ han gonggi
isáng pagkain	이상 빡까-인	식사 한 끼	siksa han kki

- Gustó ko pong bumilí ng isáng bahay.
  [구스또 꼬 뽕 부밀리 낭 이상 바-하이]
  나는 집 한 채 사고 싶어요.
  [naneun jib han chae sago sipeoyo]
- Magkano isáng balutan na manggá?
  [막까-노 이상 발루-딴 나 망가]
  망고 한 봉지에 얼마예요?
  [manggo han bongjie eolmayeyo]

4. Númerong Ordinal: 서수

한국어: Koreano	Filipino: 필리핀어	
	ika-	pang-
첫째[cheotjjae]	ika-isá/una 이까이사/우-나]	panguna[빵우-나]
둘째[duljjae]	ikalawá[이깔라와]	pangalawá[빵알라와]
셋째[setjjae]	ikatló[이까뜰로]	pangatló[빵아뜰로]
넷째[netjjae]	ikaapat[이까아-빹]	pang-apat[빵아-빹]
다섯째[daseotjjae]	ikalimá[이까리마]	panlimá[빤리마]
여섯째[yeoseotjjae]	ikaanim[이까아-님]	pang-anim[빵아-님]
일곱째[ilgobjjae]	ikapitó[이까삐또]	pampitó[빰삐또]
여덟째[yeodeoljjae]	ikawaló[이까왈로]	pangwaló[빵왈로]
아홉째[ahobjjae]	ikasiyám[이까시얌]	pansiyám[빤시얌]
열째[yeoljjae]	ikasampû[이까삼뿌']	pansampû[빤삼뿌']
몇 번째?[myeot beonjjae]	Ikailán?[이까일란]	Pang-ilán?[빵일란]

* 필리핀어 서수는 두 가지가 함께 사용된다.

- Ika-ilán kang anák?
  [이까일란 깡 아낙]
  너는 몇 번째 자녀이냐?
  [neoneun myeot beonjjae janyeoinya]

- Akó pô ay ikalimá.
  [아꼬 뽀' 아이 이까리마]
  저는 다섯째입니다.
  [jeoneun daseotjjaeimnida]

● Pang-ilán ba ang larô ninyó?
[빵일란 바 앙 랄로ˇ 닌요]
당신들의 경기는 몇 번째입니까?
[dangsindeuleui gyeonggineun myeot beonjjaeimnikka]

● Tayo ay kakain sa ika-anim ng gabi.
[따-요 아이 까-까-인 사 이까아님 낭 가비]
우리는 저녁 6시에 식사를 할 것이다.
[urineun jeonyeok yeoseotsie siksareul hal geosida]

Panahón at Oras: 때와 시간

1. 시간 단위: Yunit ng oras

Filipino: 필리핀어		한국어: Koreano	
salitâ	Bigkas	단어	발음
panahón	빠나혼	시간/때	sigan/ddae
segundo	세구-ㄴ도	초	cho
minuto	미누-또	분	bun
oras	오-라스	시/시간	si/sigan

2. 시간 표현: Pananalitâ ng oras

*시간표현은 따갈로그어보다 스페인어 수사를 선호한다.

시간: Oras	Filipino: 필리핀어	한국어: Korean
1:00 a.m.	alá una ng umaga[알라 우-나 낭 우마-가]	밤 한시[bam hansi]
6:20 a.m.	alás saís beynte ng umaga[알라스 사이스 베인떼 낭 우마-가]	아침 여섯시 이십분[achim yeoseotsi isibbun]
9:30 a.m	alás nuwebe treynta ng umaga [알라스 누웨-베 뜨레인따 낭 우마-가]	오전 아홉시 삼십분[ojeon ahobsi samsibbun]
12:00 noon	alás dose ng tanghalì [알라스 도-세 낭 땅하-ㄹ리']	정오/낮 열두시[jeongo/nad yeoldusi)
3:40 p.m.	alás tres ng hapon[알라스 뜨레스 낭 하-뽄]	오후 세시 사십분[ohu sesi sasibbun]
6:50 p.m.	alás saís singkuwenta ng gabí [알라스 사이스 싱꾸웨-ㄴ따 낭 가비]	저녁 6시 오십분[jeonyeok yeoseotsi osibbun]
12:00 p.m.	alás dose ng hatinggabí [알라스 도-세 낭 하띵가비]]	자정/밤 열두시[jajeong/ bam yeoldusi)]

- Anóng oras na?
  [아농 오-라스 나]
  지금 몇 시예요?
  [jigeum myeot siyeyo]

- Ngayón ay alás onse y medya ng gabí.
  [ㅇ아욘 아이 알라스 오-ㄴ세 이 메-쟈 낭 가비]
  지금은 밤 11시 반입니다.
  [jigeumeun bam yeolhansi banimnida]

- Mayroón na ba kayóng oras na?
  [마이로온 나 바 바 까용 오-라스]
  지금 시간 있습니까?
  [jigeum sigan isseumnikka]

- Anóng oras at minuto kayóng áalís?
  [아농 오-라스 앝 미누-또 까용 아-알리스]
  몇 시, 몇 분에 출발하세요?
  [myeotsi myeot bune chulbalhaseyo]

3. 계절: Panahón

Filipino: 필리핀어		한국어: Koreano	
salitâ	Bigkás	단어	발음
panahón	빠나혼	계절	gyejeol
tagsiból	딱시볼	봄	bom
tag-init/tag-aráw	딱이-닡/딱아라우	여름/건기	yeoreum/geongi
taglagás	딱라가스	가을	gaeul
taglamíg	딱라믹	겨울	gyeoul
tag-ulán	딱울란	우기	ugi

- Alíng panahón ang gustó ninyó?
  [알링 빠나혼 앙 구스또 닌요]
  무슨 계절을 좋아하세요?
  [museun gyejeoleul joa haseyo]

● Gustó ko ng lahát ng panahón.
[구스또 꼬 낭 라핱 낭 빠나혼]
사 계절 다 좋아해요.
[sa gyejeol da joahaeyo]

4. 날짜: Petsa

Filipino: 필리핀어		한국어: Koreano	
Salitâ	**Bigkas**	단어	발음
araw	아-라우	일/날	il/nal
ngayón	ㅇ아욘	오늘/지금	oneul/jigeum
kahapon	까하-뽄	어제	eoje
bukas	부-까스	내일	naeil
umaga	우마-가	아침/오전	achim/ojeon
tanghalì	땅하-ㄹ리'	점심/정오	jeomsim/jeongo
hapon	하-뽄	오후	ohu
gabí	가비'	저녁/밤	jeonyeok/bam
kamakalawá	까마깔라와	그저께	geujeokke
samakalawá	사마깔라와	모레	more
araw-araw	아-라우아-라우	매일	maeil
hatinggabí	하띵가비	자정	jajeong
buwán	부완	달/월	dal/wol
taón	따온	년	nyeon
dekada	데까-다	10년	simnyeon
siglo	시-글로	세기	segi

- Ang aking kaarawán pô ay ikadalawampú't waló ng Hulyo, isáng libo't siyám na raán walumpúng taón.
[앙 아-낑 까아라완 뽀' 아이 이까달라왐뿥 왈로 낭 후-르료, 이상 리-볼 시얌 나 라안 왈룸붕 따온]
제 생일은 1980년 7월 28일이에요.
[je saengileun cheongubaekpalsibnyeon chilweol isibpalilieyo]

- Anóng petsa pô ngayón?
[아농 뻬-차 뽀' ㅇ아욘]
오늘은 며칠이에요?
[oneuleun mychillieyo]

- Ngayón pô ay ika-isá ng Pebrero.
[ㅇ아욘 뽀' 아이 이까이사 낭 페브레-로]
오늘은 2월1일입니다.
[oneuleun iwolililimnida]

5. 주: linggó

Filipino: 필리핀어		한국어: Koreano	
salitâ	Bigkás	단어	발음
linggó	링고	주	ju
Lunes	루-네스	월요일	wolyoil
Martes	마-르떼스	화요일	hoayoil
Miyérkolés	미예-르꼴레스	수요일	suyoil
Huwebes	후웨-베스	목요일	mogyoil
Biyernes	비예-르네스	금요일	geumyoil
Sábado	사-바도	토요일	toyoil
Linggó	링고	일요일	ilyoil

sa Linggó	사 링고	이번 일요일	ibeon ilyoil
noóng Biyernes	노옹 비예-르네스	지난 금요일	jinan geumyoil
itóng linggó	이똥 링고	이번 주	ibeon ju
noóng isáng linggó	노옹 이상 링고	지난 주	jinan ju
sa isáng linggó	사 이상 링고	다음 주	daeum ju
isáng linggó	이상 링고	일주일	iljuil
unang linggó	우-낭 링고	첫째 주	cheotjjae ju
hulíng linggó	훌링 링고	마지막 주	majimak ju
tuwíng linggó	뚜윙 링고	매 주	mae ju

- Kahapon po ay Miyérkolés.
  [까하-뽄 뽀' 아이 미예-르꼴레스]..
  어제는 수요일이었어요.
  [eojeneun suyoilieosseoyo]

- Akó ay púpuntá sa Pilipinas sa linggó.
  [아꼬 아이 뿌-분따 삘리삐-나스 사 링고]
  저는 다음 주에 필리핀에 가요.
  [jeoneun daeum jue pillipine gayo]

- Kapag araw ay mainit at kapag gabí ay malamíg.
  [까-빡 아라우 아이 마이-닡 앝 까-빡 가비 아이 말라믹]
  낮에 덥고 밤에 추워요.
  [naje deobgo bame chuwoyo]

6. 월: Buwán

Filipino: 필리핀어		한국어: Koreano	
salitâ	Bigkas	단어	발음
Enero	에-네로	일월	ilwol
Pebrero	뻬브레-로	이월	iwol
Marso	마-르소	삼월	samwol
Abríl	아브릴	사월	sawol
Mayo	마-요	오월	owol
Hunyo	후-ㄴ요	유월	yuwol
Hulyo	후-ㄹ요	칠월	chilwol
Agosto	아고-스또	팔월	palwol
Setyembre	세띠에-ㅁ브레	구월	guwol
Oktubre	옥뚜-브레	시월	siwol
Nobyembre	노비에-ㅁ브레	십일월	sibilwol
Disyembre	디시에-ㅁ브레	십이월	sibiwol

- Akó pô ay bábalík sa buwán ng Hunyo sa Pilipinas.
  [아꼬 뽀' 아이 바-발릭 사 부완 낭 후-ㄴ요 사 삘리삐나스]
  저는 유월에 필리핀에 돌아갑니다.
  [jeoneun yuwole pilipine dora gamnida]
- Ang Pebrero po ay may dalawampú't walóng araw.
  [앙 뻬브레-로 뽀' 아이 마이 달라왐뿥 왈롱 아-라우]
  2월은 28일입니다.
  [iwoleun isibpalilianida]

7. 일, 월, 년: araw, buwán, taón

Filipino: 필리핀어		한국어: Koreano	
salitâ	Bigkas	단어	발음
sa isáng taón	사 이상 따온	내년	naenyeon
noóng isáng taón	노옹 이상 따온	작년	jaknyeon
isáng taón na ang nakaraán	이상 따온 나 앙 나까라안	1년 전	ilnyeonjeon
tatlóng taón na ang nakaraán	따뜰롱 따온 나 앙 나까라안	3년 전	samnyeonjeon
pagkaraán ng dalawáng taón	빡까라안 낭 달라왕 따온	2년후	inyeonhu
pagkaraán ng apat na taón	빡까라안 낭 아-빧 나 따온	4년 후	sanyeonhu
isáng araw	이상 아-라우	하루	haru
dalawáng araw	달라왕 아-라우	이틀	iteul
araw-araw	아-라우아-라우	매일	maeil
apat na buwán	아-빧 나 부완	네 달/4개월	nedal/sagaewol
limáng buwán	리망 부완	다섯달/5개월	daseotdal/ogaewol
buwán-buwán	부완부완	매월	maewol
pitóng taón	삐똥 따온	7년	chilnyeon
walóng taón	왈롱 따온	8년	palnyeon
taún-taón	따운따온	매년	maenyeon

- Akó pô ay nasa Korea noong ikalimá ng Oktubre.
  [아꼬 뽀' 아이 나사 꼬레-아 노옹 이깔리마 낭 옥뚜-브레]
  저는 10월 5일 한국에 있었어요.
  [jeoneun sibwol oil hanguge isseosseoyo]

- Ang isáng taón ay may labindalawáng buwán.
  [앙 이상 따온 아이 마이 라비달라왕 부완]
  1년은 12달이다.
  [ilnyeoneun yeoldudalida]

IV. Edád: 나이

Filipino: 필리핀어		한국어:Koreano	
salita	Bigkas	단어	발음
edád	에닫	살, 나이, 연세	sal, nai, yeonse
isáng taóng gulang	이상 따옹 구-ㄹ랑	한살	hansal
dalawáng taóng gulang	달라왕 따옹 구-ㄹ랑	두 살	du sal
tatlóng taóng gulang	따뜰롱 따옹 구-ㄹ랑	세 살	se sal
apat na taóng gulang	아-빹 나 따옹 구-ㄹ랑	네 살	ne sal
sampúng taóng gulang	삼뿡 따옹 구-ㄹ랑	열 살	yeol sal
labinlimáng taóng gulang	라빈리망 따옹 구-ㄹ랑	열다섯 살	yeol daseotsal
dalawampúng taóng gulang	달라왐뿡 따옹 구-ㄹ랑	스무 살	seumu sal
tatlumpúng taóng gulang	따뜰룸뿡 따옹 구-ㄹ랑	서른 살	seoreun sal
tatlumpú't walóng taóng gulang	따뜰룸뿥 왈롱 따옹 구-ㄹ랑	서른여덟 살	seoreun yeodeol sal
apatnapúng taóng gulang	아-빹나뿡 따옹 구-ㄹ랑	마흔 살	maheun sal
limampúng taóng gulang	리맘뿡 따옹 구-ㄹ랑	쉰 살	swin sal
animnapúng taóng gulang	아님나뿡 따옹 구-ㄹ랑	예순 살	yesun sal
pitumpúng taóng gulang	삐뚬붕 따옹 구-ㄹ랑	일흔 살	ilheun sal
walumpúng taóng gulang	왈룸뿡 따옹 구-ㄹ랑	여든 살	yeodeun sal
siyampúng taóng gulang	시얌뿡 따옹 구-ㄹ랑	아흔 살	aheun sal
Saándaáng taóng gulang	산다앙 따옹 구-ㄹ랑	백 살	baek sal

- Iláng taón ka na?/Anó ang edád mo?
  [일랑 따온 까 나/아노 앙 에닫 모]
  너는 몇 살이냐?
  [neoneun myeot salinya]

- Akó pô ay dalawampú't apat na taóng gulang.
  [아꼬 뽀' 아이 달라왐뿓 아-빧 나 따옹 구-ㄹ랑]
  저는 스물 네 살이에요.
  [jeoneun seumul ne salieyo]

- Ang edád ng sanggól na iyán ay limáng buwán lamang.
  [앙 에닫 낭 상골 나 이얀 아이 리망 부완 라-망]
  그 아기의 나이는 겨우 5개월이다.
  [Geu agieui naineun gyeou ogaeweolimnida]

- Iláng taón na pô kayó?/Anó pô ang edád ninyó?
  [일랑 따온 나 뽀' 까요/아노 뽀' 앙 에닫 닌요]
  연세가 어떻게 되십니까?
  [yeonsega eoddeoke doisimnikka]

V Kulay: 색(色)

Filipino: 필리핀어		한국어:Koreano	
Salitâ	Bigkás	단어	발음
pulá	뿔라	빨간 색	bbalgan saeg
putî	뿌띠'	하얀 색	hayan saeg
kulay-langit	꾸-ㄹ라이 라-ㅇ잍	하늘색	haneulsaeg
asúl	아술	파란 색	paran saeg
berde	베-르데	초록색	choroksaeg
itím	이띰	검정색	geomjeongsaeg
kulay-rosas	꾸-ㄹ라이 로-사스	분홍색	bunhongsaeg
kulay-tsokolate	꾸-ㄹ라이 쪼꼬라-떼	갈색	galsaeg
gris	그리스	회색	hoisaeg
diláw	딜라우	노란 색	noran saeg
kulay-biyoleta	꾸-ㄹ라이 비욜레-따	보라색	borasaeg
maitím na asul	마이띰 나 아술	남색	namsaeg
kulay-dalandán	꾸-ㄹ라이 달란단	주황색	juhwangsaeg
madiláw na berde	마딜라우 나 베르데	연두색	yeondusaeg
matingkád na kulay	마띵까드 나 꾸-ㄹ라이	밝은 색	balgeun saeg
maliwanag na kulay	말리와낙 나 꾸-ㄹ라이	연한 색	yeonhan saeg
madilím na kulay	마딜림 나 꾸-ㄹ라이	짙은 색	jiteun saeg

- Anó po ang kulay na itó?
  [아노 뽀' 앙 꾸-ㄹ라이 나 이또]
  이 색은 무슨 색이에요?
  [i saegeun museun saegiyeyo]

- Anó po ang kulay na itó sa Koreano?
  [아노 뽀'앙 꾸-ㄹ라이 나 이또 사 꼬레아-노]
  이 색은 한국어로 뭐예요?
  [i saegeun hangugeoro mwoyeyo]

- Ang barò ko pô ay maitím.
  [앙 바-로' 꼬 뽀' 아이 마이띰]
  저의 옷은 검어요.
  [jeoeui oseun geomeoyo]

VI. Mgá Pang-uring Pandamá
감각에 관한 형용사들

Filipino: 필리핀어		한국어:Koreano	
salita	Bigkas	단어	발음
mapaít	마빠읻	써요	sseoyo
maangháng	마앙항	매워요	maewoyo
matamís	마따미스	달아요	darayo
amóy-sesame	아모이세사-메	고소해요	gosohaeyo
maasim	마아-심	시어요	sieoyo
waláng lasa	왈랑 라-사	싱거워요	singgeowoyo
maalat	마아-ㄹ랕	짜요	jjayo
mainit	마이-닏	뜨거워요	ddeugeo woyo
malamíg-lamíg	말라믹라믹	시원해요	siwonhaeyo
malamíg	말라믹	추워요	chuwoyo
hindî gaanong mainit	힌디' 가아-농 마이-닏	따뜻해요	ddaddeuthaeyo
madulás	마둘라스	미끄러워요	mikkeureowoyo
gutóm	구똠	배 고파요	bae gopayo
busóg	부속	배 불러요	bae bulreoyo
pagód	빠곧	피곤해요	pigonhaeyo
naúúhaw	나우-우-하우	목 말라요	mog mallayo
mabigát	마비갇	무거워요	mugeowoyo
nag-áantók	낙아-안똑	졸려요	jollyeoyo
magaán	마가안	가벼워요	gabyeowoyo

masayá	마사야	기뻐요	gibbeoyo
malungkót	말룽꼳	슬퍼요	seulpeoyo
maligaya	말리가-야	행복해요	haengboghaeyo
di maligaya	디' 말리가-야	불행해요	bulhaenghaeyo
maginhawa	마긴하-와	편해요	pyeonhaeyo
di maginha-wa	디' 마긴하-와	불편해요	bulpyeonhaeyo
násusuká	나-수수까	토하고 싶어요	tohago sipeoyo
may-sakít	마이사낃	아파요	apayo
malambót	말람볻	부드러워요	budeureowoyo
matigás	마띠가스	딱딱해요	ddagddaghaeyo
malambót	말람볻	말랑말랑해요	mallangmallanghaeyo
nakíkilitî	나끼-낄리띠'	간지러워요	ganjireowoyo
nayáyamót	나야-야몯	초조해요	chojohaeyo
balisá	발리사	걱정스러워요	geogjeonghaeyo
masaráp	마사랍	맛있어요	masisseoyo

VII. Gawí: 방향

Pilipino: 필리핀어		한국어: Korean	
salita	Bigkas	단어	발음
silangan	실라-ㅇ안	동쪽	dongjjog
kanluran	깐루-란	서쪽	seojjog
timog	띠-목	남쪽	namjjog
hilagà	힐라-가'	북쪽	bukjjog
itaás	이따아스	위	wi
ibabâ	이바-바'	아래, 밑	arae, mit
haráp	하랎	앞	ap
likód	리꼬드	뒤	dwi
kanan	까-난	오른 쪽	oreunjjog
kaliwâ	깔리-와'	왼쪽	oinjjog
tabí	따비	옆	yeop
loób	로옵	안	an
labás	라바스	밖	bakk
gitnâ	긷나'	중앙	jungang
deretso	데레-쪼	똑바로	ddogbaro

- Pumuntá kayó deretso lang.
  [뿌문따 까요 데레-쪼 랑]
  똑바로 가세요.
  [ddogbaro gaseyo]

- May plorera sa itaás ng telebisyón.
  [마이 쁠로레-라 사 이따아스 낭 뗄레비숀]
  텔레비전 위에 꽃병이 있어요
  [telebijeon wie kkotbyeongi isseoyo]

VIII. Yunit ng Pagsusukat: 측정 단위

Filipino		한국어	
salita	Bigkas	단어	발음
habà	하-바'	길이	giri
lapad	라-빠드	넓이	neolbi
taás ng katawán	따아스 낭 까따완	키	ki
taás	따아스	높이	nopi
bigát	비갈	무게	muge
peso	페-소	페소	peso
dolar	돌야-르	달러	dalleo
grado	그라-도	등급/학년	deunggeup/hangnyeon
temperatura	뗌뻬라뚜-라	온도	ondo
milimeter	밀리메-떠	밀리미터	millimiteo
sentimetro	센띠메-뜨로	센티미터	sentimiteo
metro	메-뜨로	미터	miteo
kilometro	낄로메-뜨로	킬로미터	kilomiteo
milya	미-르랴	마일	mail
piyé	삐예	피트	piteu
litro	리-뜨로	리터	riteo
míligram	미-르리그람	밀리리터	milliliteo
gramo	그라-모	그램	geuraem
kilo	끼-르로	킬로	kilo

tonelada	또네라-다	톤	ton
kahalumigmigán	까할루믹미간	습도	seupdo
digrí	디그리	도	do
limáng digrí lampás ng sero	리망 디그리 람빠스 낭 세-로	영상 5도	yeongsang odo
limáng digrí kulang ng sero	리망 디그리 꾸-르랑 낭 세-로	영하 5도	yeongha odo
onsa	오-ㄴ사	온스	onseu
libra	리-브라	파운드	paundeu
kalahatì	깔라하-띠'	반	ban
galón	갈론	갈론	gallon
halagá	할라가	가격	gagyeog

- Magkano po ang isáng kilo ng bawang?
  [막까-노 뽀' 앙 이상 끼-르로 낭 바-왕]
  마늘 1 킬로에 얼마예요?
  [maneul il kiroe eolmayeyo]

- Bigyán ninyó akó ng isáng kilong asukal.
  [비그얀 닌요 아꼬 낭 이상 끼-르롱 아수-깔]
  설탕 1 킬로 주세요.
  [seoltang il kiro juseyo]

- Ang halagá po ay nasa tamà lang.
  [앙 할라가 뽀' 아이 나-사 따-마' 랑]
  가격이 적당하군요.
  [gagyeogi jeokddanghagunyo]

IX. Katawán: 신체

Filipino		한국어	
salita	Bigkas	단어	발음
ulo	우-ㄹ로	머리	meori
buhók	부혹	머리카락	meorikarag
matá	마따	눈	nun
tainga	따이-ㅇ아	귀	gwi
bibíg	비빅	입	ib
labì	라-비'	입술	ibsul
ilóng	일롱	코	ko
ngipin	ㅇ이-삔	이/치아	i/chia
dilà	딜-라'	혀	hyeo
leég	레엑	목	mog
balikat	발리-깓	어깨	eokkae
dibdíb	딥딥	가슴	gaseum
kamáy	까마이	손	son
braso	브라-소	팔	pal
dalirì	달리-리'	손가락	sonkarag
pulsó	뿔소	손목	sonmok
bintî	빈띠	다리	dari
talampakan	딸람빠-깐	발바닥	balbadag
dalirì ng paá	달리-리' 낭 빠아	발가락	balgarag
bukung-bukong	부-꿍부-꽁	발목	balmog
butó	부또	뼈	bbyeo

gulugód	굴루곧	등뼈	deungbbyeo
likód	리콛	등	deung
baywáng	바이왕	허리	heori
dugô	두고'	피	pi
tiyán	띠얀	배	bae
sikmurà	식무-라'	위	wi
bituka	비뚜-까	대장	daejang
baga	바-가	폐	pye
pusò	뿌-소'	심장	simjang
atáy	아따이	간	gan
tuhod	뚜-혿	무릎	mureup
mukhâ	묵하'	얼굴	eolgul
hinlalakí	힌라라끼	엄지손가락	eomjisonkarak
hinlalatò	힌랄라-또'	가운데손가락	gaundesonkarak
palásingsingan	빨라-싱싱안	약 손가락	yak sonkarak

- Magandáng-maganda ang mgá matá mo!
  [마간당간다 앙 망아 마따 모]
  너의 눈이 매우 예쁘구나!
  [neoeui nuni maeu yebbeuguna]

- Kahawig sa ilong ng tatay.
  [까하-윅 사 일롱 낭 따-따이]
  아빠 코를 닮았어요.
  [abba koreul dalmasseoyo]

X. Pangalan ng Sakít at Gamót: 병명과 약

필리핀어		Koreano	
단어	발음	salita	Bigkas
sakít	싸낕	병	byeong
sipón	시쁜	감기	gamgi
ubó	우보	기침	gichim
lagnát	라그낱	열	yeol
trangkaso	뜨랑까-소	독감	dokkam
sakít sa ulo	사낕 앙 우-ㄹ로	두통	dutong
pagnananà	빡나나-나'	화농	hwanong
sakít sa tiyán	사낕 사 띠얀	위통	witong
kursó/pagtataé	꾸르소/빡따따에	설사	seolsa
tibí	띠비	변비	byeonbi
sakít sa pusó	사낕 사 뿌-소'	심장병	simjangbyeong
empatso	엠빠-쪼	소화불량	sohwabullyang
sakít sa atáy	사낕 사 아따이	간염	ganyeom
artritis	아르뜨리-띠스	관절염	gwanjeolyeom
kanser	까-ㄴ세르	암	am
alta-presyón	알따프레시욘	고혈압	gohyeolap
tisis/T. B.	띠-시스/띠비	결핵	gyeolhaek
insómniyá	인소-ㅁ니야	불면증	bulmyeonjjeung

sakít sa balát	사낃 사 발랕	피부병	pibubyeong
diyabetes	디야베-떼스	당뇨	dangnyo
epilépsiyá	에뻴레-ㅍ시야	간질	ganjil
sakít sa isip	사낃 사 이싶	정신병	jeongsinbyeong
pagbubuntís	빡부분띠스	임신	imsin
pasò	빠-소'	화상	hwasang
aksidente	악시데-ㄴ떼	사고	sago
balì ng butó	바-ㄹ리' 낭 부또	골절	goljeol
temperatura ng katawán	뗌뻬라뚜-라 낭 까따완	체온	cheon
tipo ng dugô	띠-뽀 낭 두고'	혈액형	hyeolaekhyeong
sugat	수-갇	상처	sangcheo
gamót	가몯	약	yag
malalim na sakít	마라-그림 나 사낃	중병	jungbyeong
ospitál	오스삐딸	병원	byeongwon
parmasya	빠르마-샤	약국	yakgug
pasyente	빠시예-ㄴ떼	환자	hwanja
tumór	뚜모르	종양	jongyang
nars	나르스	간호사	ganhosa
doktór	독또르	의사	uisá
pagkilalá ng sakít	빡낄랄라 낭 사낃	진찰	jinchal
reseta	레세-따	처방	cheobang
gamót na tubig	가몯 나 뚜-빅	물약	mulyag
tableta	따블레-따	알약	alyag
lunas	루-나스	치료	chiryo

iniksiyón	이닉시욘	주사	jusa
operasyón	오뻬라숀	수술	susul
pulbós na gamót	뿔보스 나 가몯	가루약	garuyag
gamót sa sipón	가몯 사 시뽄	감기약	gamgiyag
gamót sa lagnát	가몯 사 라그낟	해열제	haeyeolje
gamót sa pusò	가몯 사 뿌-소'	강심제	gangsimje
gamót sa sakít ng ulo	가몯 사 사낃 낭 우-ㄹ로	두통약	dutonghag
gamót sa tibí	가몯 사 띠비	변비약	byeonbiyag
gamót sa kursó	가몯 사 꾸르소	설사약	seolsayag
antibayótiko	안띠바요-띠꼬	항생제	hangsaengje
pamatáy sa sakít	빠마따이 사 사낃	진통제	jintongje
gamót para hindî buntís	가몯 빠-라 힌디' 부-ㄴ띠스	피임약	piimyag
gamót na pampatulog	가몯 나 빰빠뚜-ㄹ로그	수면제	sumyeonje
bitamina	비따미-나	비타민	bitamin
gamót na pampalakás	가몯 나 빰빨라까스	보약	boyag
gamót sa tiyán	가몯 사 띠얀	위장약	wijangyag
gamót na pampatunaw	가몯 나 빰빠뚜—나우	소화제	sohwaje
bago kumain	바-고 꾸마인	식전	sigjeon
pagkakain	빡까까-인	식후	siku
pamahid	빠마-힏	연고	yeongo
tatlóng beses sa isáng araw	따뜰롱 베세스 사 이상 아-라우	하루 세번	haru sebeon
pagka-confine sa ospital	빡까컨파인 사 오스삐딸	입원	ibwon
pagpapalabas sa ospital	빡빠빠라바스 사 오스삐딸	퇴원	toiwon

- Ibigáy pô ninyó ang pamatáy ng sakít sa akin.
  [이비가이 뽀' 닌요 앙 빠마따이 낭 사낃 사 아낀]
  저에게 진통제를 주세요.
  [jeoege jintongjereul juseyo]

- Dapat magkaroón ka ng hustóng pamamahingá.
  [다-빹 막까로온 까 낭 후스똥 빠마마힝아]
  당신은 충분히 쉬어야 합니다.
  [dangsineun chungbunhi suieoya hamnida]

- Akó ay umíinóm ng gamót para hindî magbuntís.
  [아꼬 아이 움이-이놈 낭 가몯 빠-라 힌디' 막분띠-스]
  저는 피임약을 먹고 있어요.
  [jeoneun piimyageul meokgo isseoyo]

XI. Sasakyán at Lugár
교통수단과 장소

Pilipino		한국어	
salita	Bigas	단어	발음
pos-opis	뽀스 오-삐스	우체국	ucheguk
bangko	바-ㅇ꼬	은행	eunhaeng
ospitál	오스삐딸	병원	byeongwon
páaralán	빠아랄란	학교	hakgyo
palengke	빨레-ㅇ께	시장	sijang
unibersidád	우니베르시닫	대학교	daehaggyo
park	파-크	공원	gongwon
gasolinahan	가솔리나-한	주유소	juyuso
bus	부-스	버스	beosseu
taksi	따-악시	택시	taegsi
bisíkleta	비시-끌레따	자전거	jajeongeo
istasyón ng subway	이스따숀 낭 서브웨이	지하철 역	jigacheol yeog
kalesa	깔레-사	마차	macha
istasyón ng bus	이스따숀 낭 부-스	버스 정류장	beoseu jeongryujang
húkúman	후-꾸-만	법원	beobwon
himpilan ng pulís	힘뻬-ㄹ란 낭 뿔리스	경찰서	gyeongchalseo
istasyon ng pulis	이스따숀 낭 뿔리스	파출소	pachulso
kastilyo	가스띠-ㄹ료	성	seong
pámahalaán ng lungsód	빠마할라안 낭 룽손	시청	sicheong

baranggáy opis	바랑가이 오-삐스	동사무소	dongsamuso
supermarket	슈퍼마-킽	슈퍼마켓	syupeomaket
motorsiklo	모또르시-끌로	오토바이	otobai
tráysikel	뜨라-이시껠	삼륜 오토바이	samryun otobai
diypni	지-쁘니		
eruplano	에루쁠라-노	비행기	bihaenggi
páliparan	빠-ㄹ리빠란	공항	gonghang
istasyón	이스따숀	역	yeok
bus terminál	부-스 터미날	고속버스 터미널	gosokbeoseu teominal
		시외버스 터미널	sioibeoseu teominal
piér	삐에르	부두	budu
barkó	바르꼬	배	bae
tanggapan ng buwís	땅가-빤 낭 부위스	세무서	semuseo
tanggapan ng imigrasyón	땅가-빤 낭 이미그라숀	출입국관리사무소	chulibgukgwanrisámuso
tanggapan ng aduwana	땅가-빤 낭 아두와-나	세관	segwan
istasyón ng panghimpapawíd	이스따숀 낭 빵힘빠빠윝	방송국	bangsongguk
pálimbagan ng pahayagan	빠-ㄹ림바간 낭 빠하야-간	신문사	sinmunsa
pálimbagan ng aklát	빠-ㄹ림바간 낭 아끌랕	출판사	chulpansa
istasyón ng bombero	이스따숀 낭 봄베-로	소방서	sobangseo
simbahan	심바-한	교회	gyohoe

sinehán	시네한	극장	geugjang
bahay-ampunan	바-하이암뿌-난	고아원	goawon
bahay-kalakal	바-하이 깔라-깔	회사	hoisá
embahada	엠바하-다	대사관	daesagwan
konsulado	꼰술라-도	영사관	yeongsagwan
pálaruan	빨라루안	운동장	undongjang
kindergarten	킨더가르텐	유치원	yuchiwon
mababang páaralán	마바방 빠-아랄란	초등학교	chodeunghakgyo
elementarya	엘레멘따-랴	〃	〃
mataás na páaralán	마따아스 나 빠-아랄란	중학교	junghakgyo
		고등학교	godeunghakgyo
tanggapan ng kuwárentenas	땅가-ㅍ빤 낭 꾸와-렌떼나스	검역소	geomyeogso
upisina ng seguro	우삐시-나 낭 세구-로	보험사	boheomsa
tindahan ng aklát	띤다-한 낭 아끌랕	서점	seojeom
tindahan ng baròʻ	띤다-한 낭 바-로ʻ	옷 가게	ot gage
tindahan	띤다-한	가게, 매점	gage, maejeom
tindahan ng gamit-panulat	띤다-한 낭 가-밑 빠누-ㄹ랕	문구점	mungujeom
restaurán	레스따우란	식당	sikdang
tindahan ng bulaklák	띤다-한 낭 불락락	꽃집	kkotjib
pákulutan	빠-꿀루딴	미용실	miyongsil
tindahan ng kosmétikó	띤다-한 낭 꼬스메-띠꼬	화장품 가게	hwajangpum gage
klínika para sa mgá buntís	끌리-니까 빠-라 사 망아 분띠스	산부인과	sanbuʼinʼgwa
ahensya ng paglalakbáy	아헤-ㄴ샤 낭 빠그라락바이	여행사	yeohangsa

otél	오뗄	호텔	hotel
bahay-pánuluyan	바-하이 빠-눌루얀	여관	yeogwan
takilya	따끼-ㄹ랴	매표소	maepyoso
tindahan ng prutas	띤다-한 낭 쁘루-따스	과일 가게	gwail gage
panaderya	빠나데-랴	빵집	bbangjib
taberna	따베-르나	술집/바	suljib/ba
lugár ng pagkain at pahingahan	루가르 낭 빡까-인 앝 빠힝아-한	휴게소	hyugeso
bayan	바-얀	시내	sinae

- Saán ang páaralán ninyó?
  [사안 앙 빠-아랄란 닌요]
  당신의 학교는 어디예요?
  [dangsineui hakgyoneun eodiyeyo]

- Paano pô ang pagpuntá sa panaderya?
  [빠아-노 뽀' 앙 빡뿐따 사 빠나데-랴]
  빵집에 어떻게 가요?
  [bbangjibe eoddeoke gayo]

- Akó pô ay dumatíng sa embahada sa pamamagitan ng taksi.
  [아꼬 뽀' 아이 두마띵 사 엠바하-다 사 빠마마기-딴 낭 따-ㄱ시]
  저는 대사관에 택시로 왔어요.
  [jeoneun daesagwane taeksiro wasseoyo]

XII. Mgá Bagay sa Loób ng Bahay : 살림살이

Filipino		한국어	
salita	Bigkas	단어	발음
almusál	알무살	아침 식사	achim siksa
tanghalian	땅할리-안	점심 식사	jeomsim siksa
hapunan	하뿌-난	저녁 식사	jeonyeok siksa
ulam	우-ㄹ람	반찬	banchan
pagkain	빡까-인	음식	eumsig
menyu	메-뉴	메뉴	menyu
kanin	까-닌	밥	bab
sopas	소-빠스	국	gug
bigás	비가스	쌀	ssal
langís	랑이스	기름	gireum
mantikà	만띠-까'	식용유	sigyongyu
asin	아-신	소금	sogeum
asukal	아수-깔	설탕	seoltang
sili	시-ㄹ리	고추	gochoo
pamintá	빠민따	후추	huchu
patís	빠띠스	생선젓갈	saengseonjeotgal
toyò	또-요'	간장	ganjang
tinapay	띠나-빠이	빵	bbang
pinya	삐-ㄴ야	파인애플	painaepl

ramen	라-멘	라면	ramyeon
karné	까르네	고기	gogi
karníng baka	까르닝 바-까	소고기	sogogi
karníng baboy	까르닝 바-보이	돼지고기	dwaejigogi
karníng manók	까르닝 마녹	닭고기	daggogi
longganisá	롱가니-사	소시지	sosiji
isdâ	이스다˙	생선	saengseon
raw fish	로 피쉬	회	hoi
itlóg	이뜰록	계란	gyeran
gulay	구-ㄹ라이	야채	yachae
kamatis	까마-띠스	토마토	tomato
kamote	까모-떼	고구마	goguma
patatas	빠따-따스	감자	gamja
sibuyas	시부-야스	양파	yangpa
labanós	라바노스	무	mu
bawang	바-왕	마늘	maneul
letsugas	레쭈-가스	상추	sangchoo
manî	마니˙	땅콩	ddangkong
prutas	쁘루-따스	과일	gwail
ubas	우-바스	포도	podo
mansanas	만사-나스	사과	sagwa
peras	뻬-라스	배	bae
petsáy	뻬짜이	배추	baechoo
pakwán	빡완	수박	subag
saging	사-깅	바나나	banana

dalandán	달라단	오렌지	orenji
alak	아-ㄹ락	술, 포도주	sul, podoju
wisky	위스키	위스키	wiseuki
serbesa	세르베-사	맥주	maegju
katás	까따스	쥬스	jyuseu
gatas	가-따스	우유	uyu
kapé	까뻬	커피	keopi
tasa	따-사	잔	jan
mangkók	망꼭	그릇	geureut
sipit ng Intsík	시-삩 낭 인찍	젓가락	jeotgarag
kutsara	꾸짜-라	숟가락	sutgarak
saingán(de kuriente)	사잉안(데 꾸리에-ㄴ떼)	밥솥(전기밥솥)	babsot (jeongibabsot)
lutuán	루뚜안	가스렌지	gasrenji
kusina	꾸시-나	부엌	bueok
pangkusinang bagay	빵꾸시-낭 바-가이	부엌용품	bueokyongpum
-	-	김치	gimchi
tokwa	또-ㅋ와	두부	dubu
-	-	삼겹살	samgyeobsal
-	-	삼계탕	samgyetang
haló-halò	할로하-ㄹ로˙	팥빙수	patbingsu
bibingka	비비-ㅇ까	떡	ddeog
pagkain ng Koreano	빡까-인 낭 꼬레아-노	한식	hansig
pagkain ng Amerikano	빡까-인 낭 아메리까-노	양식	yangsig
pagkain ng Hapón	빡까-인 낭 하뽄	일식	ilsig
pagkain ng Intsik	빡까-인 낭 인찍	중식	jungsig

masaráp	마사랖	맛있다	masitda
dî masaráp	디' 마사랖	맛없다	mateobda
maangháng	마앙항	맵다	maebda
maalat	마아-ㄹ랕	짜다	jjada
matamís	마따미스	달다	dalda
mapaít	마빠읻	쓰다	sseuda
matabáng	마따방	싱겁다	singgeobda
kusinero	꾸시네-로	요리사	yorisá
paghuhugas ng kinainan	빡후후-가스 낭 끼나이-난	설겆이	seolgeoji
kutsilyo	꾸찌-ㄹ료	칼	kal
tadtaran	따드따-란	도마	doma
guntíng	군띵	가위	gawi
bandeha	반데-하	쟁반	jaengban
kawalì	까와-ㄹ리'	프라이팬	peuraipaen
tinidór	띠니도르	포크	pokeu
pinggán	삥간	접시	jeobsi
sandók sa sabáw	산독 사 사바우	국자	gugja
sandók sa kanin	산독 사 까-닌	주걱	jugeog
naglálagâ	낙라-라가'	삶아요	salmayo
isinásangág	이시나-상악	볶아요	bokkayó
pinasísingawán	삐나시-싱아완	쪄요	jjyeoyo
nagpápakulô	낙빠-빠꿀로'	끓여요	kkeulyeoyo

hugasán	후가산	싱크대	singkeudae
mikser	믹서	믹서기	mikseogi
gomang guwantes	고-망 구와-ㄴ떼스	고무장갑	gomujanggab
pamunas	빠무-나스	행주	haengju
basahan	바사-한	걸레	geolre
pantanggál ng tansán	빤땅갈 낭 딴산	병따개	byeongddagae
bentiladór	벤틸라도르	선풍기	seonpunggi
paypáy	빠이빠이	부채	buchae
kaldero	깔데-로	냄비	naembi
básurahán	바수라한	쓰레기통	sseuregitong
palanggana	빨랑가-나	대야	daeya
mesa	메-사	식탁	sigtag
basket	바-스껟	바구니	baguni
líkidóng sabón panghugas ng pinggán	리-끼동 사본 빵후-가스 낭 삥간	퐁퐁	pongpong

- Ibigáy ninyó ang kutsara sa akin.
  [이비가이 닌요 앙 꾸짜-라 사 아-낀]
  숟가락 주세요.
  sutgarag juseyo.

- Inubos pô natin ang bigás.
  [인우-보스 뽀' 나-띤 앙 비가스]
  쌀이 떨어졌어요.
  [ssali ddeoleojyeosseoyo]

- Naglúlutò akó ng ramen.
  [낙루-루-또˙ 아꼬 낭 라-멘].
  라면을 끓여요.
  [ramyeoneul kkeulyeoyo]

- Naglálagâ akó ng itlóg.
  [낙라-라가˙ 아꼬 낭 이뜰록]
  계란을 삶아요.
  [gyeraneul salmayo]

- Nagpápakulô ako ng tubig.
  [낙빠-빠꿀로˙ 아꼬 낭 뚜-빅]
  물을 끓여요..
  [muleul kkeulyeoyo]

- Nabasag ko po ang pinggán.
  [나바-삭 꼬 뽀˙ 앙 삥간]
  접시를 깼어요.
  [jeobsireul kkaesseoyo]

XIII. Kagamitán sa Pamumuhay
생활용품

필리핀어		Korean	
단어	발음	salita	Bigkas
aparadór	아빠라도르	옷장	otjang
kama	까-마	침대	chimdae
kumot	꾸-몯	담요	damyo
kubrekama	꾸브레까-마	침대 커버	chimdae keobeo
telebisyón	텔레비숀	텔레비전	telebijeon
kurtina	꾸르띠-나	커튼	keoteun
sopá	소빠	소파	sopa
silya	시-ㄹ랴	의자	euija
damít	다밑	옷	ot
damít pantulog	다밑 빤뚜-ㄹ록	잠옷	jamot
payong	빠-용	우산	usan
pantalón	빤딸론	바지	baji
maóng na pantalón	마옹 나 빤딸론	청바지	cheongbaji
panyó	빤요	손수건	sonsugeon
tuwalya	뚜와-ㄹ랴	수건	sugeon
álaála	아-ㄹ라아-ㄹ라	기념품	ginyeompum
regalo	레가-ㄹ로	선물	seonmul
sapatos	사빠-또스	구두, 신발	gudu, sinbal
sapatos pang-isport	사빠-또스 빵이스포츠	운동화	undonghwa

medyas	메-쟈스	양말	yangmal
sombrero	솜브레-로	모자	moja
pabangó	빠방오	향수	hyangsu
unan	우-난	베개	begae
salamín	살라민	거울	geoul
kurbata	꾸르바-따	넥타이	nektai
pósporó	뽀-스뽀로	성냥	seongnyang
sigarilyo	시가리-ㄹ료	담배	dambae
pansindĩ ng sigarilyo	빤신디' 낭 시가리-ㄹ료	라이터	raiteo
salamín sa matá	살라민 사 마따	안경	angyeong
kamerá	까메라	카메라(사진기)	kamera(sajingi)
pilm	삘름	필름	pilreum
retrato	레뜨라-또	사진	sajin
kotse	꼬-쩨	자동차	jadongcha
garahe	가라-헤	차고	chago
paradahan	빠라다-한	주차장	juchajang
palayók	빨라욕	도자기	dojagi
reló	렐로	시계	sigye
ref	렢	냉장고	naengjanggo
washing machine	워싱 머신	세탁기	setakgi
elektronikóng kagamitán	엘렉뜨로니꽁 까가미딴	전자제품	jeonjajepum
kagamitáng elektronikóng pambahay	까가미땅 엘렉뜨로니꽁 빰바-하이	가전제품	gajeonjepum

singsíng	싱싱	반지	banji
kuwintás	꾸윈따스	목걸이	mokgeoli
bakal	바-깔	쇠	swe
tansô	딴소'	구리	guri
gintô	긴또'	금	geum
pilak	삐-ㄹ락	은	eun
brilyante	브릴랴-ㄴ떼	다이아몬드	daiamond
telépono	뗄레-뽀노	전화기	jeonhwagi
selpon	세-ㄹ뽄	핸드폰	handpon
silya	시-ㄹ랴	의자	euija
mesa	메-사	책상	chaeksang
silyang tumbá-tumbá	시-ㄹ량 뚬바뚬바	흔들의자	heundeuleuija
plantsa	쁠라-ㄴ짜	다리미	darimi
aircon	에어콘	에어컨	eeokeon

- Itó pô ay plantsa.
  [이또 뽀' 아이 쁠라-ㄴ짜]
  이것은 다리미예요.
  [igeoseun darimiyeyo]

- May desk, silya at aparadór sa silíd pô.
  [마이 데스크, 시-ㄹ랴 앝 아빠라도르 사 실릳 뽀']
  방안에 책상, 의자, 옷장이 있어요
  [bangane chaeksang, euija, otjang'i isseoyo]

- Gamitin mo ang aking selpon.
  [가미-띤 모 앙 아-낑 셀폰]
  내 핸드폰을 써라.
  [nae haendeuponeul sseora]

- Nawalâ ko pô ang singsíng na brilyante.
  [나왈라' 꼬 뽀' 앙 싱싱 나 브릴랴-ㄴ떼]
  저는 다이야반지를 잃어버렸어요.
  [jeoneun daiyabanjireul ileobeoryeosseoyo]

- Marunong pô akóng maplantsa ng damít na iyán.
  [마루-농 뽀' 아꽁 마쁠라-ㄴ짜 낭 다밑 나 이또].
  그 옷을 다릴 줄 알아요.
  [geu oseul daril jul arayo]

- Ipinagbilí ko po ang aking kotse sa halagáng sampúng libong piso.
  [이삐낙빌리 꼬 뽀' 앙 아낑 꼬-쩨 사 할라강 삼뿡 리-봉 삐-소]
  저는 차를 만 페소에 팔았어요.
  [jeoneun chareul man pesoe paasseoyo]

XIV. Kagamitáng Pang-CR
화장실용품

Pilipino		한국어	
salita	Bigkas	단어	발음
tuwalya	뚜와-ㄹ랴	타월	taweol
palanggana	빠랑가-나	대야	daeya
CR	씨알	화장실	hoajangsil
banyo	바--ㄴ요	욕실	yoksil
banyera	반예-라	욕조	yokjo
detergent	디터전트	세제	seje
inodoro	이노도-로	변기	byeongi
tutpeyst	뚜-ㄸ뻬이스뜨	치약	chiyag
sipilyo sa ngipin	시삐-ㄹ료 사 ㅇ이-삔	칫솔	chitsol
pang-ahit	빵아-힡	면도기	myeondogi
blower	블로워	헤어 드라이어	heeo deuraieo
siyampu	시야-ㅁ뿌	샴푸	syampu
pang-kubetang tisyu	빵꾸베-땅 띠-슈	화장지	hwajangji
dutsa	두-짜	샤워기	shyaweogi
paligò sa dutsa	빨리-고' 사 두-짜	샤워	shaweo
lababo	라바-보	세면대	semyeondae
gripo	그리-뽀	수도꼭지	sudokkogji
kondisyoner	꼰디숀너	린스	rinseu
clorox	클로-록스	락스	rakseu
sabón	사본	비누	binu
sukláy	수끌라이	빗	bit

- Kailangan ko pô ang pang-kubetang tisyu.
  [까일라-ㅇ안 꼬 뽀‘ 앙 빵꾸베-땅 티슈]
  저는 화장지가 필요해요.
  [jeoneun hwajangjiga pilyohaeyo]

- Magsipilyo ka pagkatapos mong kumain.
  [막시삐-ㄹ료 까 빡까따-뽀스 몽 꾸마-인]
  식사 후에 양치질해라.
  [sigsa hue yangchijilhaera]

- Maliít pô ang banyo ng bahay namin.
  말리읻 뽀‘ 앙 바-ㄴ뇨 낭 바-하이 나-민]
  우리 집 욕실은 작아요.
  [uri jib yoksileun jagayo]

- Tumútulò pô ang gripo.
  [뚜무-뚜-ㄹ로 뽀‘ 앙 그리-뽀]
  수도꼭지가 새요.
  [sudokkogjiga saeyo]

Pampagandá at Kagamitáng Pansanggól 화장품과 유아용품

Pilipino		한국어	
salita	Bigkas	단어	발음
meykap	메이깝	화장	hwajang
kosmétikó	꼬스메-띠꼬	화장품	hwajangpum
moisturizer	모이스처라이저	스킨	skin
losyón	로숀	로션	rosyeon
krim	크림	크림	krim
lipstík	립스틱	립스틱	ripseutik
mánikyúr	마-니뀨르	매니큐어	maenikyueo
pabangó	빠방오	향수	hyangsu
tiyánì	띠야-니	족집게	jokjibge
lampín	람뻰	기저귀	gijeogwi
tsupón	쭈뽄	젖병	jeotbyeong
andadór	안다도르	유모차	yumocha
laruán	라루안	장난감	jangnankam
panyô	빤요	손수건	sonsugeon

- Hindî pô akó nagme-meykap.
  [힌디' 뽀' 아꼬 낙메메이깝]
  저는 화장을 하지 않습니다.
  [jeoneun hwajangeul haji anseumnida]

- Maglosyón kayó sa mukhâ araw-araw.
  [막로숀 까요 사 묵하' 아-라우아-라우]
  매일 얼굴에 로션을 바르세요.
  [maeil eolgure rosyeoneul bareuseyo]

- Naglipstík pô ba akó nang maayos?
  [낙립스틱 뽀' 바 아꼬 낭 마아-요스]
  나 립스틱 잘 발랐어요?
  [na ripseutik jal balasseoyo]

- Palitán mo ang lampín ng sanggól.
  [빠리딴 모 앙 람삔 낭 상골]
  아기 귀저기 좀 갈아 줘.
  [agi gwijeogi jom gara jwo]

- Umíiyák na ang sanggól natin.
  [움이-이약 나 앙 상골 나띤]
  우리 아기가 지금 울고 있다.
  [uri agiga jigeum ulgo idda]

- Bigyán ninyô ang sanggól ng mgá laruán.
  [빅얀 닌요 앙 상골 낭 망아 라루안]
  아기한테 장난감 좀 주세요
  [agihante jangnangam jom juseyo]

XVI. Mgá salitáng Magkasalungát ng Pang-uri 형용사 반대어

필리핀어		Korean	
단어	발음	salita	Bigkas
makinis:magalás	마끼-니스:마갈라스	매끄러운:거친	maekkeureoun: geochin
matigás:malambót	마띠가스:말람봍	딱딱한:연한	ddakddakhan: yeonhan
mataás:mababà	마따아스:마바-바`	높은:낮은	nopeun:najeun
mabangó:mabahò	마방오:마바-호`	향기로운:악취나는	hyanggiroun: akchwinaneun
matangkád:pandák	마땅깓:빤닥	키 큰:키 작은	ki heun:ki jageun
mahabà:maiklî	마하-바`:마이끌리`	긴:짧은	gin:jjalbeun
matalino:bobo	마딸리-노:보-보	똑똑한:어리석은	ddokddokhan: eoriseog'eun
matapang:duwág	마따-빵:두왁	용감한:겁많은	yonggamhan: geobmaneun
masipag:tamád	마시-빡:따맏	근면한:게으른	geunmyeonhan: geeureun
malamíg:mainit	말라믹:마이-닡	차가운/추운: 뜨거운/따뜻한	chagaun/chuun: ddeugeoun/ ddaddeuthan
mayaman:mahirap	마야-만:마히-랖	부유한:가난한	buyuhan: gananhan
maputî:maitím	마뿌띠`:마이띰	검은:흰	geomeun:heuin
maingay:tahimik	마이-ㅇ아이:따히-믹	시끄러운:조용한	sikkeureoun: joyonghan
lutò:hiláw	루-또`:힐라우	조리된:날것의	joridoin:nalgeosui
totoó:mapanlinláng	또또-오:마빤린랑	진실된:허위의	jinsildoin: heowieui
malalim:mababaw	말라-ㄹ림:마바-바우	깊은:얕은	gipeun:yateun

madalî:mahirap	마달리ˊ:마히-랖	쉬운:어려운	swiun:eoryeoun
magaán:mabigát	마가안:마비갈	가벼운:무거운	gabyeoun:mugeoun
maawaín:malupít	마아와인:말루뻴	인자한:잔인한	injahan:janinhan
maluwáng:makitid	말루왕:마끼-띧	넓은:좁은	neolbeun:jobeun
maluwág:masikíp	말루왁:마시낍	널찍한:빈틈없는	neoljjikhan:binteumeobneun
marunong:mangmáng	마루-농:망망	현명한:무식한	hyeonmyeonghan:misikhan
maligaya:malungkót	말리가-야:말룽꼳	즐거운:슬픈	jeulgeoun:seulpeun
matabâ:payát	마따-바:빠얃	뚱뚱한:날씬한	ddungddunghan:nalssinhan
pangó:matangos	빵오:마따-ㅇ오스	납작코의:긴 코의	nabjagkoui:gin koui
magaspáng:pino	마가스빵:삐-노	조악한:정교한	joakhan:jeonggyohan
hinóg:hiláw	히녹:힐라우	익은/성숙한:덜익은/미숙한	igeun/seongsukhan:deoligeun/misukhan
maasim:matamís	마아-심:마따미스	신:단	sin:dan
maliwanag:madilím	말리와낙:마딜림	밝은:어두운	balgeun:eoduun
matalím:mapuról	마딸림:마뿌롤	예리한:둔한	yerihan:dunhan
bukás:sarado	부까스:사라-도	열린:닫힌	yeolin:dachin
basâ:tuyô	바사ˊ:뚜요ˊ	젖은:마른	jeojeun:mareun
matuwíd:kilô/likô	마뚜윋:낄로ˊ/리꼬ˊ	똑바른:굽은	ddokbareun:gubeun
patáy:buháy	빠따이:부하이	죽은:산	jugeun:san
malinaw:malabò	말리-나우:말라-보ˋ	맑은:흐린	malgeun:heurin
maaga:náhulí	마아-가:나-훌리	이른:늦은	ireun:neujeun

maangháng: matabáng	마앙항:마따방	매운:순한	maeun:sunhan
mayabang: mababang-loób	마야-방: 마바방 로옵	거만한:겸손한	geomanhan: gyeomsonhan
magalang:bastós	마가-ㄹ랑: 바스또스	예의바른: 무례한	yeuibareun: muryehan
mabilís:mabagal	마빌리스:마바-갈	빠른:느린	bbareun:neurin
mabuti:masamâ	마부-띠:마사마'	좋은:나쁜	joeun:nabbeun
magandá:pangit	마간다:빠-ㅇ잍	아름다운:추한	areumdaun:chuhan
malakí:maliít	말라끼:말리잍	큰:작은	keun:jageun
malinis:marumí	말리-니스:마루미	깨끗한:더러운	kkaekkeuthan: deoreoun
malakás:mahinà	말라까스:마히-나'	강한:약한	ganghan:yakhan
bago:lumà	바-고:루-마'	새로운:낡은	saeroun:nalgeun
batà:matandâ	바-따':마딴다'	젊은:늙은	jeolmeun:neulgeun

- Siyá pô ay magandá.
  [시야 뽀' 아이 마간다]
  그 여자는 예뻐요.
  [geu yeojaneun yebbeoyo]

- Si Juan pô ay masipag na batà.
  [시 후안 뽀' 아이 마시-빡 나 바-따']
  후안은 근면한 소년입니다.
  [huaneun geunmyeonhan sonyeon imnida]

- Tamád pô siyáng magtrabaho.
  [따맏 뽀' 시양 막뜨라-바호]
  그는 게으르게 일해요.
  [geuneun geeureuge ilhaeyo]

Kabanata 4

Kapaki-pakinabang na mgá Pangung-usap

제4장 : 유용한 표현들

Sa Pilipinas: 필리핀에서

Seksyon 1 : Sa unang pagtatagpô

제1과   처음 만날 때

- Magandáng umaga pô.(오전 인사)
  [마간당 우마-가 뽀']
  Magandang tanghalì pô.(점심때 인사)
  [마간당 땅하-ㄹ리']
  Magandang hapon pô.(오후 인사)
  [마간당 하-뽄]
  Magandang gabí pô.(저녁 및 밤 인사)
  [마간당 가비]

  안녕하세요.
  [annyeonghaseyo]
  * 'pô'는 연장자 등 경어를 써야할 경우에 사용한다. 대화상대의 나이가 더 어리거나 친구 사이에는 사용하지 않는다.
  * Pag hindi kailangan 'po', ang pagsasalita sa Koreano ay '안녕[annyeong]' lang.

- Magandang umaga(tanghali, hapon, gabí) pô namán.
  * 위의 인사에 대한 답변
  [마간당 우마-가(땅하-ㄹ리', 하-뽄, 가비) 뽀' 나만]
  예, 안녕하세요.
  [ye annyeonghaseyo]
  * Pag walang 'po', "응, 안녕.[eung anneyeong]"

- Kumustá (pô) ka(kayó)?
  [꾸무스따 (뽀ˈ) 까(까요)]
  안녕(하세요)?/어떻게 지내(세요)?
  [annyeong(haseyo)/eoddeoke jinae(seyo)]

- Mabuti namán. Salamat pô.
  [마부-띠 나만 살라-맡 뽀ˈ]
  잘 지냅니다. 감사합니다.
  [jal jinaemnida gamsahamnida]

- Anó ang pangalan ninyó?
  [아노 앙 빵아-ㄹ란 닌요]
  당신 이름이 무엇이에요?
  [dangsin ireumi mueosieyo]
  * '당신' ay magalang na salita ng '너(ikaw)' na panaong panghalip.

- Ang pangalan ko pô ay si Rosa(Juan).
  [앙 빵아-ㄹ란 꼬 뽀ˈ 아이 시 로-사(후안)]
  저의 이름은 로사예요(후안이에요).
  [jeoeui ireumeun rosayeyo(huaniyeyo)]
  * Ang PP-pampanaguri ng '~(이)예요.' na pangkaraniwang magalang ay '~(이)다.' na ginagamit sa likod ng pangngalan, panghalip o pamilang. At ang '~입니다.' ay mas magalang at mas pormal kaysa '~예요.'.
  * Pag walang katinig na pang-ilalim sa nauunang titik, '~예요' at pag mayroon, '~이에요'.

* Halimbawa
  - 영수다[yeongsooda]→영수예요→영수입니다
  - 후안이다[huanida]→후안이에요→후안입니다

● Ikinanagágalák ko pong mákilala kayó.
[이끼니나가-갈락 꼬 뽕 마-끼랄라 까요]
만나서 반갑습니다.
[manaseo bangabseumnida]

● Iláng taón ka na?
[일랑 따온 까 나]
너는 몇 살이냐?
[neoneun myeot salinya]
* Ang '~(이)냐?' ay salitang-katapusang pampananong na di-magalang ng PP-pampanaguring '~(이)다'. Para maging magalang, ginagamit ang '~(이)예요?' o '~입니까?'.
* Halimbawa
  - 이것은 연필이다.[igeoseun yeonpilida]: Ito'y lapis.
    →이것은 연필이냐?[~ ~inya]: Ito ba ay lapis?
    →이것은 연필이에요(연필입니까)?[~ ~iyeyo(~imnikka)]:
      Ito po ba ay lapis?

● Akó pô ay dalawapúng taóng gulang.
[아꼬 뽀' 아이 달라왐뿡 따옹 구-ㄹ랑].
저는 스무 살이에요.
[jeoneun seumu salieyo]
* '저' ay magalang na salita ng '나' na unang panaong panghalip, kaya ang kahulugan ay 'ako po'.

● Hanggáng sa mulî pô.
[항강 사 물리 뽀']

다음에 또 봐요(만나요).

[daeume ddo bwayo(mannayo)]

* Ang pawatas(부정사) ng '봐요' ay '보다(makita) at '만나요' ay '만나다(sumalubong).

● Paalam na pô.
[빠아-ㄹ람 나 뽀']

안녕히 계세요(가세요).

[annyeonghi gyeseyo(gaseyo)]

* '계세요' ay ang sinabi ng bisita sa maybisita at '가세요' ay ang sinabi ng maybisita sa bisita.

● Ilán ang miyembro ng pamilya mo?
[일란 앙 미예-ㅁ브로 낭 빠미-ㄹ랴 모]

너의 가족은 몇 명이냐?

[neoeui gajogeun myeot myeonginya]

● Anó ang trabaho ninyó?
[아노 앙 뜨라바-호 닌요]

당신 직업은 뭐예요(무엇이에요)?

[dangsin jigeobeun mwoyeyo(mueosiyeyo)]

* Ang '뭐' ay pang-karaniwang salita ng '무엇(ano).

● Anó ang líbángan ninyó?
[아노 앙 리-바-ㅇ안 모]
당신 취미는 뭐예요(무엇이에요)?
[dangsin chwimineun mwoyeyo(mueosiyeyo)]

● Bakit gustó ninyóng pakasalán ang Koreano?
[바-낄 구스또 닌용 빠까살란 앙 꼬레아-노]
왜 한국남자와 결혼하고 싶어요?
[wae hangugnamjawa gyeolhonhago sipeoyo]
* Ang pawatas ng '싶어요' ay '싶다(gusto)' na pang-uring pantulong.
* Ang '~고 싶다' ay nangangahulugang 'Gustong ~(Pandiwa)'.
* Halimbawa
한국어를 공부하고 싶다.[hangugeoreul gongbuhago sipda]
Gusto kong mag-aral ng wikang Koreano.
필리핀에 가고 싶다.[pilipine gago sipda]
Gusto kong pumunta sa Pilipinas.

● Akó pô ay nagtapos ng Kolehiyo(mataás na páaralán).
[아꼬 뽀' 아이 낙따뽀-스 낭 꼴레-히요(마따아스 나 빠-아랄란)]
저는 대학교(고등학교)를 졸업했어요
[jeoneun daehakgyo(godeunghakgyo)reul joleobhaesseoyo]

- Nakatirá ba ang mgá magulang ninyó sa inyó?
  [나까띠라 바 앙 망아 마구-ㄹ랑 닌요 사 인요]
  부모님과 함께 사세요?
  [bumonimgwa hamkke saseyo]

- Tagasaán kayó sa Pilipinas?
  [따가사안 까요 사 삘리뻬-나스]
  필리핀에서 고향이 어디예요?
  [pilipineseo gohyangi eodiyeyo]

- Saán kayó nakatirá sa Korea?
  [사안 까요 나까띠라 사 코리아]
  한국에서는 어디에서 살아요?
  [hangukeseosms eodieseo salayo]

- Anó pa ang gustó ninyóng malaman?
  [아노 빠 앙 구스또 닌용 말라-만]
  무엇을 더 알고 싶으세요?
  [mueoseul deo algo sipeuseyo]

Seksyon 2 : Magkásintahan at Mag-asawa
제2과 연인, 부부관계

- Talagáng gustó kitá.
  [딸라강 구스또 끼따]
  당신을 정말 좋아해요(좋아합니다).
  [dangsineul jeongmal joahaeyo(joahamnida)]
  * kitá는 '너는 나에 의해 ~하다.(You are ~ by me.)'를 의미하는 이중 인칭대명사이다.

- 당신을 사랑해요(사랑합니다).
  [dangsineul saranghaeyo(saranghamnida)]
  Mahál kitá.
  [마할 끼따]
  * Ang '~요' at '~ㅂ니다' ay mga magalang na salitang-katapusan. Ang '~ㅂ니다' ay mas magalang at medyo mas panliteratura kaysa sa '~요'.

- 당신이 그리워요(그립습니다).
  [dangsini geuriwoyo(geuripseumnida)]
  Namímíss kitá.
  [나미-미-스 끼따].

● 한국에 돌아가면 당신이 보고 싶을 거예요.
[hanguge doragamyeon dangsini bogo sipeul geoyeyo]

Kapág akó ay bumalík sa Korea, mamímíss kitá.
[까-빡 아꼬 아이 부말릭 사 꼬레-아, 마미-미-쓰 끼따]

● 우리 택시타고 가요.
[uri taeksitago gayo]
Magtaksi tayo.
[막따-ㅋ시 따-요]

● 먼저 타세요.
[meonjeo taseyo]

Mauna kayóng sumakáy.
[마우-나 까용 수마까이]

* Ang '~세요‘ ay ginagamit pag ipakiusap o mag-utos nang magalang.
* Ang pawatas ng '타세요‘ ay '타다(sumskay)' at ang pautos ay '타'. na walang salitang-katapusan. Saka ang pautos ng pandiwang-하다 ay '-해'. 먼저 타.→Mauna kang sumakay.
* Halimbawa(pawatas)
  · 식사하세요(식사하다).[siksahaseyo]: Pakikain ninyo.
    →식사해.: Kumain ka.
  · 청소하세요(청소하다).[cheongsohaseyo]: Pakilinis ninyo.
    →청소해.: Maglinis ka.

● 나를 잊지 마세요.
[nareul itji maseyo]
Huwág ninyó akóng kalimutan.

[후왁 닌요 아꽁 깔리무-딴]
* Ang '~지 마세요.' na galing sa pawatas '말다' na pandiwang pantulong ay ginagamit pag ipakiusap na huwag na gumawa.
* Halimbawa(pawatas)
  - 먹지(먹다) 마세요.[meogji maseyo]: Huwag kayong kumain.
  - 가지(가다) 마세요.[gaji maseyo]: Huwag kayong umalis.
  - 눈을 뜨지(뜨다) 마세요.[nuneul ddeuji maseyo] Huwag ninyong imulat ang mga mata.

● 우리 식사해요(식사합시다).
[uri siksahaeyo(siksahapsida]

Kumain na tayo.
[꾸마-인 나 따-요]
* Ang '우리 ~요/~해요/~ㅂ시다' ay ginagamit pag ipakiusap na gawín ng kasamang akó at kayó.
* Halimbawa
  - 우리 가요(갑시다).[uri gayo(gapsida)]→ Tayo na.
  - 우리 공부해요(공부합시다).[uri gongbuhaeyo(gongbuhapsida)]: → Mag-aral tayo.

● 필리핀 과일은 정말 맛있어요.
[pilipin gwaileun jeongmal masisseoyo]

Ang prutas ng Pilipinas pô ay totoóng masaráp.
[앙 쁘루-따스 낭 삘리뻬-나스 뽀' 아이 또또옹 마사랖]

- 식당은 어디예요?
  [sikdangeun eodiyeyo]

  Saán po ang restaurán?
  [사안 뽀' 앙 레스따우란]

- 필리핀은 너무 더워요.
  [pilipineun neomu deowoyo]

  Masyadong mainit sa Pilipinas.
  [마샤-동 마이-닡 사 삘리삐-나스]

- 에어컨 좀 켜 주세요.
  [eeokeon jom kyeo juseyo]

  Paandarín ninyo ang aircon.
  [빠안다린 닌요 앙 에어컨]

  * Ang '좀' na pang-abay ay ginagamit pag ipakiusap nang mas malumanay.

- 당신 먼저 하세요.
  [dangsin meonjeo haseyo]

  Kayo muna ang gumawâ.
  [이까우 무나 앙 구마와']

- 먼저 씻으세요.
  [meonjeo ssiseuseyo]

  Mauna kayóng maligò.
  [마우-나 까용 말리-고']

● 불 꺼주세요.
[bul kkeo juseyo]

Patayín ninyó ang ilaw.
[빠따이인 닌요 앙 이-ㄹ라우]
* Ang pawatas ng '꺼' ay '끄다'. Puwedeng palitan ng '끄세요' ang '꺼주세요' para mas malakas na pakikiusap tulad ng pautos.

● 문을 잠가주세요.
[muneul jamgá juseyo]

Pakikandado ang pintô.
[빠끼깐다-도 앙 삔또']
* Ang pawatas ng '잠가' ay '잠그다'. Kaya '잠가주세요'→"잠그세요'

● 긴장하지 마세요.
[ginjanghaji maseyo]

Rilaks kayo lang.
[릴락스 까요 랑].

● 제 옆에 누우세요.
[je yeope nuuseyo]

Higâ ka sa tabi ko.
[히가' 까 사 따비 꼬]

● 제 팔을 베고 누우세요.
[je paleul bego nuuseyo]

Dito ka sa aking bisig.
[디-또 까 사 아낑 비-식]

- 오늘 저 너무 피곤해요.
 [oneul jeo neomu pigonhaeyo]

 Akó ay masyadong pagód ngayón.
 [아꼬 아이 마샤-동 빠곧 ㅇ아욘]

- 자고 싶어요.
 [jago sipeoyo]

 Ibig kong matulog.
 [이-빅 꽁 마뚜-ㄹ록]

- 오늘은 저의 생일이에요.
 [oneuleun jeoeui saengilieyo]

 Ngayón ay araw ng kapangánákan ko.
 [ㅇ아욘 아이 아-라우 낭 까빵아-나-깐 꼬]

Seksyon 3 : Sa Pagkakasál

제3과 결혼식장에서

● 부모님 감사합니다.
  [bumonim gamsahamnida]
  Ináy, itáy. Salamat pô.
  [이나이, 이따이. 살라-맡 뽀]

● 저희들 절 받으세요(받으십시요).
  [jeohideul jeol badeuseyo(badeusipsiyo)]
  [Tanggapín pô ninyó ang aming pagyukód.
  [땅갚인 뽀' 앙 아-밍 빡유꼳]
  * Ang '~십시오.' ay pinakamagalang na salitang-katapusan pag ipakiuasp.

● 한국에 가서 행복하게 살겠습니다.
  [hanguge gaseo haengbogahge salgesseumnida]
  Mabúbúhay kamíng masayá sa Korea.
  [마부-부-하이 까밍 마사야' 사 꼬레-아]

● 저희들 걱정하지 마세요(마십시오).
  [jeohideul geokjeonghaji maseyo(masipsiyo)]
  Huwág kayóng mag-alalá sa amin.
  [후왁 까용 막알라라 사 아-민]

- 자주 연락 드리겠습니다.
  [jaju yeonrag deurigesseumnida]

  Pípilitín namin magkaroón ng komunikasyón sa inyó malimit.
  [삐-뻴리띤 나-민 막까로온 낭 꼬무니까-숀 사 인요 말리-밑]

- 이것은 한국에서 준비한 저의 선물입니다.
  [igeoseun hangugeseo junbihan jeoeui seonmurimnida]

  Itó ang regalo ko na hinandá galing sa Korea.
  [이또 앙 레가-ㄹ로 꼬 나 히난다 가-ㄹ링 사 꼬레-아]

- 제 성의이니까 받아 주세요.
  [je seongeuiinikka badajuseyo]

  Tanggapín pô ninyó itó mulâ sa pusò ko.
  [땅가삔 뽀' 닌요 이또 물라' 사 뿌-소' 꼬]

- 저희들의 결혼식에 와 주셔서 감사합니다.
  [jeohideureui gyeolhonsige wa jusyeoseo gamsahamnida]

  Salamat pô sa pagpuntá ninyó sa kasál namin.
  [살라-맡 뽀' 사 빡뿐따 닌요 사 까살 나-민]

Tandaan

Sa wikang Koreanong pangkaraniwan, ang '~요.' na pantapos ng isang pangungusap ay ginagamit nang totoong madalas alinsunod sa susunod na dahilan.

1. Ginagamit bilang PP-pampanaguring pantapos ng pangungusap: Salitang walang deklinasyon+'~예요, ~이에요'
2. Ginagamit bilang salitang-katapusan ng pangungusap para sa lahat ng salitang may deklinasyon.
3. Ang pangungusap(~요.) ay may galang sa kausap.
4. Kung magtaas ng tunog sa dulo ng parehong pangungusap na panaguri ay maging pananong.
5. Kung magdiin ng huling salitang may '~요.' ay maging pautos na may galang.
6. Ang '~요.' ay puwedeng gamitin sa lahat ng panaganong pangungusap.

Seksyon 4 : Sa Restaurán

제4과　식당에서

● 어서 오세요. 앉으세요.
[eoseo oseyo anjeuseyo]

Tulóy kayó. Umupô kayó.
[뚤로이 까요 움우뽀' 까요]
- 어서 와. 앉아.→Tuloy ka. Umupo ka.
- 어서 오십시오. 앉으십시오.→Tuloy po kayo. Umupo po kayo.

● 여기요! 주문 받으세요.
[yeogiyo jumun badeuseyo]

Hello, gustó kong mag-order.
[헬로 구스또 꽁 막오-더]

● 메뉴판 주세요.
[menyupan juseyo]

Ákina ang menyu.
[아-끼나 앙 메-뉴]

● 주문하시겠어요?
[jumunhasigesseoyo]

Gustó pô ba ninyóng mag-order?
[구스또 뽀' 바 닌용 막오-더]

● 무엇을 드시겠어요?
[mueoseul deusigesseoyo]

Anó ang gustó ninyóng kainin?
[아노 앙 구스또 닌용 까이-닌]

● 밥을 드시겠어요, 아니면 빵을 드시겠어요?
[babeul deusigesseoyo animyeon bbangeul deusigesseoyo]

Gustó ba ninyó ang kanin o ang tinapay.
[구스또 바 닌요 앙 까-닌 오 띠나-빠이]

● 밥을 주세요.
[babeul juseyo]

Bigyán ninyó akó ng kanin.
[비그얀 닌요 아꼬 낭 까-닌]

● 무슨 음료수로 할까요?
[museun eumryosuro halkkayó]

Anó ang gustó ninyóng inumin?
[아노 앙 구스또 닌요 이누-민]

● 물 주세요
[mul juseyo]

Bigyán ninyó akó ng tubig.
[빅얀 닌요 아꼬 낭 뚜-빅]

● 나 배 고파요. 빨리 부탁해요.
　[na bae gopayo bbali butakhaeyo]

　Gutóm na po akó. Pakiusap madalí.
　[구똠 나 뽀' 아꼬 빠끼우-샆 마달리]

● 맛있게 드세요.
　[masitge deuseyo]
　Kumain kayó nang masaráp.
　[꾸마-인 까요 낭 마사랖]

● 화장실이 어디예요?
　[hwajangsiri eodiyeyo]

　Nasaán ang CR?
　[나사안 앙 씨알]

● 디저트는 무엇으로 하시겠어요?
　[dijeoteuneun mueoseuro hasigesseoyo]

　Anóng matamís ang gustó ninyó?
　[아농 마따미스 앙 구스또 닌요]

● 커피 한 잔 주세요.
　[keopi han jan juseyo]

　Bigyán ninyó akó ng isáng tasang kapé.
　[비그얀 닌요 아꼬 낭 이상 따-상 까뻬]

● 더 필요한 것 없으세요?
  [deo pilyohan geot eobseuseyo]
  Anó pa ang kailangan ninyó?
  [아노 빠 앙 까일라-ㅇ안 닌요]

● 수저 주세요.
  [sujeo juseyo]
  Bigyán ninyó akó ng kutsara at sipit ng Intsík.
  [비그얀 닌요 아꼬 낭 꾸짜-라 앝 시-삩 낭 인칙]

● 냅킨 주세요.
  [naebkin juseyo]
  Bigyán ninyó akó ng serbilyeta.
  [비그얀 닌요 아꼬 낭 세르빌예-따]

● 이쑤시개 주세요.
  [Issusigae juseyo]
  Bigyán ninyó akó ng palito.
  [비그얀 닌요 아꼬 낭 빨리-또]

● 식사 끝났어요. 계산서 주세요.
  [siksa kkeutnasseoyo gyesanseo juseyo]
  Tapós na kamí. Ákina ang kuwenta.
  [따뽀스 나 까미 아-끼나 앙 꾸웨-ㄴ따]

● 잔돈 가지세요.
[jandon gajiseyo]

Itabí ninyó ang suklî.
[이따비 닌요 앙 수끌리']

● 저가 계산하겠어요.
[jeoga gyesanhagesseoyo]

Akó ang magbábáyad.
[아꼬 앙 막바-바-야드]

* Ang '~겠어요.' ay may kalooban ng nagsasalita sa hinaharap.
* Halimbawa(pawatas)
  · 주문하겠어요(주문하다).[jumunhagesseoyo]→ Mag-ooder ako.
  · 가겠어요(가다).[gagesseoyo]→ Aalis ako.
  · 먹겠어요(먹다).[meoggesseoyo]→ Kakain ako.

● 각자 계산해요.
[gakja gyesanhaeyo]

Kanyá-kanyá tayong magbayad.
[깐야깐야 따-용 막바-야드]

Seksyon 5 : Pagtatanóng ng daán

제5과　길 묻기

● 실례합니다. 여기가 어디예요?
   [silrehamnida. yeogiga eodiyeyo]

   Paumanhín pô. Anó pong ang lugár na itó?
   [빠우만힌 뽀' 아노 뽕 앙 루가르 나 이또]
   * Ang '실례합니다.' ng wikang Koreano ay may susunod na kahulugan pa.
     ・ Pakiraan po.
     ・ Mawalang-galang po.
   * 여기(거기, 저기): lugar na ito(iyan, iyon)

● 길을 잃었어요.
   [gireul ileosseoyo]

   Naliligáw pô akó.
   [날릴리가우 뽀' 아꼬]
   * Ang '~쓰어요.' ay ginagamit pag sabihin ang nakaraan bilang salitang-katapusan sa salita ng pandiwa o pang-uri.
   * Halimbawa
     ・ 학교에 갔어요.[hakkyoe gasseoyo]: Pumunta po sa paaralan.
     ・ 밥을 먹었어요.[babeul meogeosseoyo]: Kumain po ng kanin.
     ・ 도착했어요.[dochakhaesseoyo]: Dumating na po.
     ・ 회의에 늦었어요.[hoeeuie neujeosseoyo]: Nahuli na po sa pulong.

● 이 호텔까지 어떻게 가요?
  [i hotelkkaji eoddeoke gayo]
  Paano ang pagpuntá sa otél na itó?
  [빠아-노 앙 빠그뿐따 사 오뗄 나 이또]
  * 이(그, 저) 호텔: otel na ito(iyan, iyon)

● 그 호텔까지 얼마나 멀어요?
  [geu hotelkkaji eolmana meoleoyo]
  Gaano kalayò po ang otél na iyán?
  [가아-노 깔라-요' 뽀' 앙 오뗄 나 이얀]

● 죄송합니다. 저도 여기는 처음이에요
  [joisonghamnida jeodo yeogineun cheoeumiyeyo]
  Patawad pô. Akó rin bago lang dito
  [빠따-왇 뽀' 아꼬 린 바-고 랑 디-또]
  * Ang salitang singkahulugan ng '죄송합니다.' ay '미안합니다'.

● 이 길을 따라 가세요.
  [i gireul ddara gaseyo]
  Maglakad kayó sa daáng itó.
  [막라-까드 까요 사 다앙 이또]
  * Ang '~세요.' ay ginagamit sa pangungusap na pautos na may galang.
  * Halimbawa
    · 이리 오세요.[iri oseyo]→ Hali kayo.
    · 타세요.[taseyo] →Sumakay kayo.

- 오른 쪽으로 가세요
  [oreun jjogeuro gaseyo]

  Lumikô kayó sa kanan.
  [루미꼬' 까요 사 까-난]

- 왼쪽으로 가세요.
  [oinjjogeuro gaseyo]

  Lumikô kayó sa kaliwâ.
  [루미꼬' 까요 사 깔리와']

- 똑바로 가세요.
  [ddogbaro gaseyo]

  Deretso pô lang.
  [데레-쪼 뽀' 랑]

- 저와 같이 가요.
  [jeowoa gachi gayo]

  Sumama kayó sa akin.
  [수마-마 까요 사 아-낀]

- 택시 정류장은 어디에요?
  [taeksi jeongryujangeun eodieyo]

  Nasaán pô ba ang himpilan ng taksi?
  [나사안 뽀' 바 앙 힘삐-란 낭 따-ㄱ시]

● 택시로 얼마나 걸려요?
[taeksiro eolmana geolryeoyo]

Gaano katagál sa taksi?
[가아-노 까따갈 사 따-ㅋ시]

* Ang pawatas ng '걸려요' ay '걸리다' na nangangahulugang Magtagal.
  · 한 시간 걸려요.→ Nagtatagal ng isang oras.
  · 하루 걸려요.→ Nagtatagal isang araw.

● 그렇게 멀지 않아요.
[geureoke meolji anayo]
Hindî pô masyadong malayò.
[힌디' 마샤-동 말라-요']

* Ang salitang saligan ng '않아요' ay '않다[anta]' na nangangahulugang Hindi. Ang paggamit nasa pangungusap ay '(salitang may deklinasyon)~지 않다' bilang pantulong sa pandiwa o pang-uri.

* Halimbawa(pawatas)
  · 지금 바쁘지(바쁘다) 않아요.: Hindi po abala ngayon.
  · 그녀는 예쁘지(예쁘다) 않아요.: Hindi po maganda siya.
  · 학교에 가지(가다) 않아요. Hindi po pumapasok sa paaralan.

● 다 왔어요.
[da wasseoyo]

Nárito na po tayo.
[나-리또 나 뽀' 따요]

● 여기 내려 주세요.
[yeogi naeryeo juseyo]

Ibabà ninyó akó dito.
[이바-바ˋ 닌요 아꼬 디또]

● 잔돈은 가지세요.
[jandoneun gajiseyo]

Itabí ninyo ang suklî.
[이따-고ˋ 닌요 앙 수끌리ˊ]

● 먼저 내리세요.
[meonjeo naeriseyo]

Máuná kayóng bumabà.
[마-우나 까용 부마-바ˋ]

Seksyon 6 : Sa Otél

제6과 호텔에서

● 방 있어요?
[bang isseoyo]

Mayroón pô bang kuwarto?
[마이로온 뽀' 방 꾸와-르또]

● 방을 하나 예약하고 싶은데요.
[bangeul hana yeyaghago sipeundeyo]

Gustó ko pong magpareserba ng isáng kuwarto.
[구스또 꼬 뽕 막빠레세-르바 낭 이상 꾸와-르또]

● 어떤 방을 드릴까요?
[eoddeon bangeul deurilkkayó]

Anóng kuwarto ang gustó ninyó?
[아농 꾸와-르또 앙 구쓰또 닌요]

● 싱글룸 하나 주세요.
[singgeul rum hana juseyo]

Ibigáy ninyó ang isáng single room.
[이비가이 닌요 앙 이상 싱글 룸]

● 하루 방값은 얼마예요?
[haru banggabseun eolmayeyo]

Magkano pô ang kuwarto sa bawat araw?
[막까-노 뽀' 앙 꾸와-르또 사 바-왙 아라우]

● 선불이에요.
[seonburieyo]

Páunáng bayad pô.
[빠-우낭 바-얃 뽀']

● 며칠 동안 묵을 거예요?
[myeochil dongan mugeul geoyeyo]

Iláng araw kayóng manánatíli?
[일랑 아-라우 까용 마나-나띠-ㄹ리]

● 6일 동안 묵을 예정이에요.
[yukil dongan mugeul yejeongieyo]

Akó po ay manánatíli ng anim na araw.
[아꼬 뽀' 아이 마나-나띠-ㄹ리 낭 아-님 나 아-라우]

● 몇 호실이에요?
[myeot hosilrieyo]

Anó ang númeró ng kuwarto?
[아노 앙 누-메로 낭 꾸와-르또]

● 가방들을 방에 좀 갖다 주세요.
　gabangdeureul bange jom gatda juseyo]
　Pakidalá ninyó ang mgá bagahe sa kuwarto.
　[빠끼달라' 닌요 앙 망아 바가-헤 사 꾸와-르또]
　　* Ang '좀' na pang-abay ay nangangahulugan 'kaunti' na ginagamit para sa pakikiusap na malumanay.

● 짐 좀 내려 주세요.
　[jim jom naeryeo juseyo]
　Ibabà ninyó ang aking mgá kargada.
　[이바-바' 닌요 앙 아-낑 망아 까르가-다]
　　* Ang pawatas ng '주세요' ay '주다' na nangangahulugan 'ibigay', pero pag ginagamit bilang pantulong na pandiwa sa nauunang pandiwa, ipinagpalit ang pangunguap na pautos sa pangungusap na pakikiusap na magalang. Pag inilagay ang '좀' sa harap ng pandiwa ay mas malumanay ang pakikiusap.

● 오늘 떠날 예정입니다.
　[oneul ddeonal yejeongimnida]
　Áalís pô akó ngayón.
　[아-알리스 뽀' 아꼬 ㅇ아욘]

● 아침 식사도 포함해요?
　[achim siksado pohamhaeyo]
　Kasama pô ba ang almusál?
　[까사-마 뽀' 바 앙 알무살]

● 여기 계산서예요.
[yeogi gyesanseoyeyo]

Heto pô ang kuwenta.
[헤-또 뽀' 앙 꾸웨-ㄴ따]

● 여기에서 환전이 됩니까?
[yeogieseo hoanjeoni doimnikka?]

Puwede pô bang ipagpalít ang pera dito?
[뿌웨-데 뽀' 방 이빡빨맅 앙 뻬-라 디-또]

● 전화 오면 연결해 주세요
[jeonhwa omyeon yeongyeolhae juseyo]

Kung may tawag, ikabít ninyó sa akin.
[꿍 마이 따-왁 이까빝 닌요 사 아-낀]

● 택시 좀 불러 주세요.
[taeksi jom bulreo juseyo]

Pakitawag ninyó akó ng taksi.
[빠끼따-왁 닌요 아꼬 낭 따-ㅋ시]

● 내일 아침 여섯시에 깨워 주세요.
[naeil achim yeoseotsie kkaewo juseyo]

Pakigising ninyó akó sa alás saís ng umaga.
[빠끼기-싱 닌요 아꼬 사 알라스 사이스 낭 우마-가]

● 여기서 세탁이 됩니까?
[yeogiseo setagi doimnikka]

Puwede pô ba ang paglalabá dito?
[뿌웨-데 뽀' 바 앙 빡라라바 디또]

● 세탁비는 얼마예요?
[setagbineun eolmayeyo]

Magkano pô ang bayad ng labada?
[막까-노 뽀' 앙 바-야드 낭 라바-다]

● 제 방 키는 어디에 있어요?
[je bang kineun eodie isseoyo]

Nasaán pô ang susì ng aking kuwarto?
[나사안 뽀' 앙 수-시' 낭 아-낑 꾸와-르또]

● 방 키를 잃어 버렸어요.
[bang kireul ireo beoryeosseoyo]

Nawalâ ko pô ang susì ng kuwarto.
[나왈라' 꼬 뽀' 앙 수-시' 낭 꾸와-르또]

● 식사주문도 돼요(됩니까)?
[siksajumundo doaeyo(doimnikka)]

Puwede pô bang mag-order ng pagkain?
[뿌웨-데 뽀' 방 막오-더 낭 빡까-인]

* Ang '~ㅂ니까?' ay halos parehong kahulugan sa '~요?' pero mas magalang at literaturang salitang-katapusan(어미) ng pananong.
* Ang sagot sa pananong ng '~ 돼요(됩니까)?' ay '~ 됩니다.'

● 예, 식사주문 됩니다.
  [ye siksajumun doimnida]
  Opò, puwedeng mag-order ng pagkain.
  [오-뽀' 뿌웨-뎅 막오-더 낭 빡까-인]

● 벼개 하나 더 필요해요.
  [byeogae hana deo pilyohaeyo]
  Kailangan ko po isá pang unan.
  [까이라-ㅇ안 꼬 뽀' 이사 빵 우-난]

● 이것 하나 더 주세요.
  [igeot hana deo juseyo]
  Bigyán ninyó ang bagay na itó, isá pa.
  [빅얀 닌요 앙 바-가이 나 이또 이사 빠]
  * 이것(그것, 저것): bagay na ito(iyan, iyon)
  * Sa pangungusap na pangkaraniwan, nagsasalita ng 이거[igeo], 그거
    [geugeo], 저거[jeogeo] sa halip.

● 타월 어디에 있어요(있습니까)?
  [tawol eodie isseoyo(isseumnikka)]
  Nasaán pô ang tuwalya?
  [나사안 뽀' 앙 뚜와—ㄹ야]
  * Ang pangungusap na paturol ng wikang Koreano na tumatapos
    sa pamamgitan ng '~요.' ay pinapalit sa pangungusap na
    pananong sa pamamagitan ng pagdaragdag ng tandang
    pananong(?) lang.
  * Ang pangungusap ng '~ㅂ니다.' na paturol ay tumatapos sa
    '~ㅂ니까?' para pumalit sa pangungusap na pananong.

● 샤워기가 고장나서 사용할 수 없어요.
[shawogiga gojangnaseo sayonghal su eobseoyo]

Sirá po ang dutsa, kaya hindî magágámit.
[시-라 뽀' 앙 두-짜 까-야 힌디' 마가-가-밑]

* Ang pawatas ng 없어요 ay 없다(wala).
* Ang ~(동사)ㄹ 수 없다 ay nangangahulugang Hindi puwede ~.
  · 갈 수 없다.: Hindi puwedeng pumunta.
  · 잘 수 없다.: Hindi makatulog.

● 변기가 고장 났어요.
[byeongiga gojangnasseoyo]

Sira ang inodoro.
[시-라' 앙 이노도-로]

* Ang pawatas ng 났어요 ay 나다(mangyari).

● 칫솔과 치약이 없어요.
[chitsolgwa chiyagi eobsseoyo]

Wala pong sipilyo sa ngipin at tutpeyst.
[왈라 뽕 시삐-ㄹ료 사 ㅇ이-삔 앝 뚜-ㄸ뻬이스뜨]

Sa Korea: 한국에서

Seksyon 1 : Sa Imigrasyón ng Airport

제1과 : 공항 출입국 관리소에서

- 여권 보여 주세요.
  [yeokwon boyeo juseyo]
  Ipakita ninyó ang pasaporte.
  [이빠끼-따 닌요 앙 빠사뽀-르떼]

- 티켓 보여 주세요
  [tiket boyeo juseyo]
  Ipakita ninyó ang tiket.
  [이빠끼-따 닌요 앙 띠-껱]

- 여기 여권과 티켓 있어요
  [yeogi yeokwongwa tiket isseoyo]
  Heto pô ang pasaporte at tiket.
  [헤-또 뽀' 앙 빠사뽀-르떼 앝 띠-껱]

- 왜 한국에 왔어요?
  [wae hanguge wasseoyo]
  Bakit náríto kayó sa Korea?
  [바-낕 나-리-또 까요 사 꼬레-아]

- 한국 남자와 결혼했어요
  [hangug namjawa gyeolhonhaesseoyo]
  Akó ay nag-asawa ng Koreano.
  [아꼬 아이 낙아사-와 낭 꼬레아노]

- 언제 결혼했어요?
  [eonje gyeolhonhaesseoyo]
  Kailán ang inyóng kasál?
  [까일란 앙 인용 까살]

- 우리는 작년 4월에 결혼했어요.
  [urineun jaknyeon sawole gyeolhonhaesseoyo]
  Kamí ay kinasál sa Abril noóng isáng taón.
  [까미 아이 끼나살 사 아브릴 노옹 이상 따온]

- 예. 좋습니다.
  [ye. josseumnida]
  Opò, tamà na.
  [오-뽀', 따-마' 나]

- 제 가방들은 어디에서 찾아요?
  [je gabangdeureun eodieseo chajayo]
  Saán puwedeng kumuha ng mgá bagahe ko?
  [사안 뿌웨-뎅 꾸무-하 낭 망아 바가-헤 꼬]

- 가방은 몇 개입니까?
  [gabangeun myeot gaeimnikka]
  Ilán ang dalá-dalahan ninyó?
  [일란 앙 달라-달라-한 닌요]

● 가방을 잃어 버렸어요.
[gabangeul ileo beoryeosseoy]
Nawalâ ko po ang bagahe.
[나왈라' 꼬 뽀' 앙 바가-헤]
* Ang pawatas ng '버렸어요' ay '버리다' na nangangahulugan 'itapon' at ang nakaraang pagbabanghay ay '버렸다'.
  Pag ginagamit bilang pandiwang pantulong, ang kahulugan ay ubos, tapos o wala nang lubusan.
* Halimbawa
  · 먹어 버리다[meogeo beorida]: kumain nang lubusan
  · 잊어 버리다[ijeo beorida]: makalimutan nang lubusan

● 걱정하지 마세요.
[geogjeonghaji maseyo]
Huwág kayóng mag-alalá.
[후왁 까용 막알랄라].
* Ang '~지(pandiwa) 마세요.' ay 'Huwag kayo(ninyo) ~(pandiwa).
* Halimbawa
  · 먹지 마세요.[meogji maseyo]: Huwag kayong kumain.
  · 가지 마세요.[gaji maseyo]: Huwag kayong umalis.
  · 날(나를) 잊지 마세요.[nal(nareul) ijji maseyo]: Huwag ninyo ako makalimutan.

● 당신 가방을 찾아 드리겠어요.
[dangsin gabangeul chaja deurigesseoyo]
Magháhánap pô kamí ng bagahe ninyó.
[막하-하-낲 뽀' 까미 낭 바가-헤 닌요

● 몇 번 출구로 가야 합니까?
[myeot beon chulguro gaya hamnikka]
Anó ang número ng eksit na púpuntahán?
[아노 앙 누-메-로 낭 에-ㅋ싵 나 뿌-뿐따한]

Seksyon 2 : Kapág dumatíng ang babaing ikinasál sa bahay ng asawa.

제 2 과   아내가 시댁에 도착했을 때

● 부모님, 안녕하세요(안녕하십니까)?.
[bumonim annyeonghaseyo(annyeonghasimnikka)]
Tatay, nanay! Kumusta pô kayó?
[따-따이 나-나이 꾸무-스따 뽀' 까요]
* Ang "안녕하십니까?" ay mas magalang at mas pormal kaysa sa '안녕하세요?'.
* Ang pangungusap na pananong na '~요?' ay maaaring ipagpalit sa '~십니까?' para maging napakagalang at napakapormal.
* Halimbawa
  · 언제 가요?[eonje gayo]: Kailan kayo aalis?
    → 언제 가십니까?[eonje gasimnikka]: Kailan po kayo aalis?
  · 뭐 해요?[mwo haeyo]: Ano ang ginagawa ninyo?
    → 뭐 하십니까?[mwo hasimnikka]: Ano po ang ginagawa ninyo?

● 반갑게 맞아 주셔서 감사합니다.
[bangabge maja jusyeoseo gamsahamnida]
Salamat pô sa inyóng mapagmahál na pagtanggáp.
살라-맡 뽀' 사 인용 마빡마할 나 빡땅갚]

● 부모님과 친척 뵙게 되어 반갑습니다.
[bumonimgwa chincheog boebge doeeo bangabseumnida]

Ikinagágalák kong mákilala ang mgá magulang at mgá kamag-anák.
[이끼나가-갈락 꽁 마-끼랄라 앙 망아 마구-ㄹ랑 앝 망아 까-막아-낙]

● 한국말 배우고 있어요.
[hangugmal baeugo isseoyo]
Nag-ááral na pô akóng magsalítâ ng Koreano.
[낙아-아랄 나 뽀' 아꽁 막살리따' 낭 꼬레아-노]
* Ang pawatas ng '있어요' ay '있다[itdda]' na nangangahulugag Mayroon.
* Sa parirala na '~고(pandiwa) 있다', ang '있다' ay pantulong na salita sa nauunang pandiwa para sa pagpapahayag ng progresibong pangkasalukuyan.
* Halimbawa
  · 자고 있다.[jago itdda]→ natutulog na.
  · 하고 있다.[hago itdda]→ ginagawa na.
  · 달리고 있다.[dalligo itdda]→ tumatakbo na.
  · 쉬고 있다.[suigo itdda]→ nagpapahinga na.

● 한국말 아직 잘 못해요
[hangugmal ajig jal mot haeyo]
Nagsásalitâ akó ng Koreano nang kauntî lamang.
[낙사-살리따' 아꼬 낭 위-깡 코리언 낭 까운띠' 라-망]

● 한국음식을 좋아해요.
[hangugeumsigeul joagaeyo]
Gustó ko pô ang pagkain ng Korea.
[구스또 꼬 뽀' 앙 빡까-인 낭 꼬레-아]

● 밥은 어떻게 지어요?
[babeun eoddeoke jieoyo]
Paano pong magsaing ng bigás?
[빠아-노 뽕 막사-잉 낭 비가스]

● 어머님, 한국말과 한국음식 가르쳐 주세요.
[eomeonim, hangugmalgwa hangugeumsig gareuchyeo juseyo]
Ináy, iturò ninyo ang wikang Koreano at ang pagkain ng Korea.
[이나이, 이뚜-로' 모 앙 위-깡 코레아-노 앝 앙 빡까-인 낭 꼬레-아]
   * Sa parirala '한국말과 한국음식', ang '~과' ay nangangahulugang At bilang pang-ugnay.
     Pag walang pang-ilalim na katinig sa nauunang titik, ang '~와' ay ginagamit sa halip ng '~과'.
   * Halimbawa
     · 학생과 선생님[haksaenggwa seonsaengnim]:estudyante at titser
     · 너와 나[neowa na]: ikaw at ako
     · 집과 나무[jibgwa namu]: bahay at pino
     · 참새와 비들기[chamsaewa bideulgi]: maya at kalapati

● 이것은 한국말로 뭐라고 해요?
[igeoseun hangugmalro mworago haeyo]
Anó pô itó sa Koreano?
[아노 뽀' 이또 사 코레아-노]
   * Ang '~로' sa '한국말로' ay isang katagang na may iba't ibang kahulugan(pamamagitan, gawi, materyal, resulta, kalagayan, dahilan at iba pa).
   * Halimbawa

- 영어로 말하다[yeongeoro malhada]: magsalita sa Ingles
- 바다로 가다[badaro gada]: pumunta sa dagat
- 운전수로 일하다[unjeonsuro ilhada]: magtrabaho bilang tsuper
- 나무로 만들다[namuro mandeulda]: gumawa sa pamamgitan ng kahoy

● 가족 모두 사랑해 주세요.
[gajog modu saranghae juseyo]
Sana pô, mahalín akó ng bawat miyembro ng pamilya.
[사-나 뽀' 마할린 아꼬 낭 바-왇 미예-ㅇ브로 낭 빠미-ㄹ랴]

● 이것은 필리핀에서 가져 온 선물이에요.
[igeoseun pilipineseo gajyeo on seonmurieyo]
Itó ay regalo mulâ sa Pilipinas.
[이또 아이 레가-ㄹ로 물라' 사 삘리뻬-나스]

● 이 집에서 편하게 지내세요.
[i jibeseo pyeonhage jinaeseyo]
Ipalagáy ninyó na sarili ang bahay na itó.
[이빠라가이 닌요 나 사리-ㄹ리 앙 바-하이 나 이또]

● 저는 몇시에 일어나야 해요?
[jeoneun myeotsie ireonayahaeyo]
Anó pong oras kailangan kong gumisíng?
[아노 뽕 오-라스 까일라-ㅇ안 꼬 구미-싱]

● 국제전화 너무 비싸니 전화 많이 안 하겠어요.
[gugjejeonhwa neomu bissani jeonhwa mani an hagesseoyo]
Nápakamahál ang tawag sa ibáng bansâ, kayâ hindî akó tumawag nang madalás.

[나-빠까마할 앙 따-왁 사 이방 반사' 까야' 힌디' 아꼬 뚜마-왁 낭 마달라스]

● 국제전화용 카드 사주세요
[gugjejeonhwayong kadeu sa juseyo]
Pabilí akó ng telépon-kard sa ibáng bansâ.
[빠빌리 아꼬난앙 뗄레-뽄 까-드 사 이방 반사']

Seksyon 3 : Ang Pagpasok at Pag-uwî ng Asawa mulâ sa Trabaho

제3과 : 남편의 출근과 퇴근

◈ **Asawang lalaki(L)**: 남편 ◈ **Asawang babae(B)**: 아내

● L: Darling, púpuntá na akó sa kompanyá.
　　[다알링 뿌-뿐따 나 아꼬 사 꼼빠냐]
　　여보, 나 회사 출근해요.
　　[yeobo na hoisa chulgeunhaeyo]

● B: Umuwî ka agád pagkatapos ng iyóng trabaho.
　　[움우위' 까 아갇 빡까따-뽀스 낭 이용 뜨라바-호]
　　일 끝나고 빨리 돌아오세요.
　　[il kkeutnago bbali doraosseoyo]

● L: Uwî na akó.
　　[우위' 나 아꼬].
　　나 퇴근했어요.
　　[na toigeunhaesseoyo]

● B: Tulóy na.
　　[뚤로이 나]
　　어서 들어오세요.
　　[eoseo deureooseyo]

* Ang '어서' na pang-abay ay ginagamit para magpadali ng kilos sa kahulugan ng susunod na pandiwang salita.
  Ang singkahulugang salita ay '빨리[bbali]'.

● B: Nahirapan ka ba ngayón sa kompanyá?
   [나히라-빤 까 바 ㅇ아욘]
   오늘 회사에서 힘들었어요?
   [oneul hoisaeseo himdeuleosseoyo]
   * Ang '~에서' ay isang PP-pansalitang-abay na nangangahulugang Nagsisimula galing sa o Gumagawa sa lugar ng nauunang salita.
   * Halimbawa
     • 방에서 잤어요.[bangeseo jasseoyo]: Natulog sa kuwarto.
     • 방에서 나왔어요.[bangeseo nawasseoyo]
       : Lumabas galing sa kuwarto.
     • 산에서 놀았어요.[saneseo ndlasseoyo]: Naglaro sa bundok.
     • 산에서 내려왔어요.[saneseo naeryeowasseoyo]
       : Bumaba galing sa bundok.

● L: Ok lang akó.
   [오케이 랑 아꼬]
   괜찮아요.
   [gwaenchanayo]

● L: Masayáng mákíta kitá sa bahay.
   [마사양 마-끼-따 끼따 사 바-하이]
   집에서 당신을 보니 행복해요.
   [jibeseo dangsineul boni haengboghaeyo]

● B: Gustó mo bang uminóm ng malamíg?
　　[구스또 모 방 움이놈 낭 말라믹]
　　시원한 것(거) 좀 마실래요?
　　[siwonhan geot jom masilraeyo]
　　* Ang '것' ay nangangahulugang Isang bagay, pero sa pangungusap na pangkaraniwan ginagamit ang '거' mas malimit.
　　* Halimbawa
　　비싼 거(것)[bissan geo(geot)]: bagay na mahal
　　필요한 것(거)[pilyohan geot(geo)]: bagay na kinakailangan

● L: Salamat. Ibigáy mo ang tubig na malamíg.
　　[살라-맡. 이비가이 모 앙 뚜빅 나 말라믹]
　　고마워요. 시원한 물 좀 주세요.
　　[gomawoyo siwonhan mul jom juseyo]
　　* Ang singkahulugan ng '고마와요.' ay '감사해요.'.

● B: Handâ na ang hapunan.
　　[한다' 나 앙 하뿌-난]
　　저녁 준비 다 됐어요.
　　[jeonyeok junbi da dwaesseoyo]

● B: Pagkatapos kang maligò, sabáy tayong kumain.
　　[빡까따-뽀스 깡 말리-고' 사바이 따-용 꾸마-인]
　　당신 샤워하고 저녁 같이 먹어요.
　　[dangsin syawohago jeonyeog gachi meogeoyo]
　　* Ang singkahulugan ng '같이' ay '함께(kasama)'.

● L: Gustó kong kumain ng nilutò mo kaagád.
　[구스또 꽁 꾸마-인 낭 닐루-또ˋ 모 까아갇]
　당신이 만든 음식 빨리 먹고 싶어요
　[dangsini mandeun eumsig bbalri meoggo sipeoyo]

Seksyon 4 : Pagbatì

제4과 인사

● 어떻게 지내?/어떻게 지내세요?/어떻게 지내십니까?
  [eoddeoke jinae/~ jinaeseyo~ /jinaesimnikka]
  Kumustá ka?/Kumustá kayó?/Kumustá pô kayó?
  [꾸무스따 까/~ 까요/~ 뽀' 까요]

● 잘 지내. 너는?/잘 지냅니다. 사장님(선생님, 여사님)은 어떻게 지내십니까?
  [jal jinae. neo neun/jal jinaemnida. sajangnim(seonsaengnim, yeosanim)eun eoddeoke jinaesimnikka]
  Mabuti namán, ikaw?/Mabuti pô namán, kayó?
  [마부-띠 나만, 이까우/마부-띠 뽀' 나만, 까요]
  * Ang kahulugan ng '사장' at '선생' ay presidente ng kompanya at titser sa eskuwelahan, pero ginagamit pag tumawag ng taong lalaking di kilala nang mabuti nang magalang.
  * Ang kahulugan ng '여사' ay madam.
  * Ang '~님' ay isang PP-pampanawag para magalang.

● 만나서 반갑습니다
  [mannaseo bangabseumnida]
  Ikinagágalák kong mákíta kayó.
  [이끼나가-갈락 꽁 마-끼-따 까요]

● 한국에서 무슨 일을 해요?
[Hangugeseo museun ireul haeyo]
Anó ang trabaho ninyó sa Korea?
[아노 앙 뜨라바-호 닌요 사 꼬레-아]

● 가정주부예요./가정주부입니다.
[gajeongjubuyeyo/~imnida]
Nagáasikáso ng pamilya ko pô.
[낙아-아시까-소 낭 빠미-ㄹ랴 꼬 뽀']

● 어느 나라에서 오셨어요(오셨습니까)?
[oeneu naraeseo osyeosseoyo(osyeosseumnikka)]
Anóng bansâ pô kayó galing?
[아농 반사' 뽀' 까요 가-ㄹ링]
  * Ang '오셨어요.' ay galing sa '오셨다' na nakaraang panahon ng '오시다' na salitang magalang ng '오다(dumating)' na pawatas.
  * Ang '오셨습니까?' ay napakagalang at napakapormal na pananong.
  * Halimbawa
    · 가다(pumunta)→가시다→가셨다→가셨어요?→가셨습니까?
    · 하다(gumawa)→하시다→하셨다→하셨어요?→하셨습니까?
    · 쓰다(sumulat) →쓰시다→쓰셨다→쓰셨어요?→쓰셨습니까?

● 필리핀에서 왔어요(왔습니다).
[pilipineseo wasseoyo(wasseumnida)]
Galing sa Pilipinas pô.
[가-ㄹ링 사 삘리뻬-나스 뽀']

- 혼자 왔어요?
  [honja wasseoyo]
  Dumatíng kayó ba nang nag-íisá?
  [두마띵 까요 바 낭 낙이-이사]

- 남편과 같이 왔어요
  [nampyeongwa gachi wasseoyo]
  Sumama pô ang asawa ko sa akin.
  [수마-마 뽀' 앙 아사-와 꼬 사 아낀]

- 한국어를 아세요?
  [hangugeoreul aseyo]
  Marunong ba kayó ng wikang Koreano?
  [마루농 바 까요 낭 위-깡 코리아-노]

- 지금 한국어를 배우고 있어요.
  [jigeum hangugeoreul baeugo isseoyo]
  Nag-ááral akó ng wikang Koreano ngayón.
  [낙아-아-랄 아꼬 낭 위-깡 코리아-노 ㅇ아욘]

※ 자주 사용되는 인사 : Ang Pagbatì na Ginágámit nang Madalás

- 어떻게 지내?/잘 지내?
  [eoddeoke jinae/jal jinae]
  Kumustá ka?
  [꾸무스따 까]

* Ang mga salitang-katapusang panggalang('~요.', '~ㅂ니다.', '~요?', '~ㅂ니까?') sa dulo ng pangungusap ay hindi ginagamit pag hindi kailangan ang kagalangan tulad para sa kaibigan o nakababatang taong kakilala.
* Ang sabing walang salitang-katapusang panggalang ay tinatawag na 반말[banmal].
* Katawagan ng salitang may salitang-katapusang panggalang sa Koreano ay 존댓말[jondaenmal] kapag kausap ang mas matanda o di kilalang tao.

● 잘 지내. 너는?
[jal jinae. neoenen]
Mabuti namán at ikáw?
[마부-띠 나만 앝 이까우]

● 역시 잘 지내. 고마워.
[yeoksi jal jinae. gomawo]
Mabuti rin, salamat.
[마부-띠 린 살라-맡]

● 요즈음 어떻게 지내?
[yojeueum eoddeoke jinae]
Kumustá ka sa panahóng itó?
[꾸무스따 까 사 빠나홍 이또]

● 아버님에게 안부 전해 줘.
[abeonimege anbu jeonhae jwo]
Ikumustá mo akó kay Tatáy mo.
[이꾸무스따 모 아꼬 까이 따따이 모]

- 도와줘서 매우 고마워.
  [dowa jueoseo maeu gomawo]
  Maraming salamat sa tulong mo.
  [마라-밍 살라-맡 사 뚜-ㄹ롱 모]

- 시간 있으면 여기로 놀러 와.
  [sigan isseumyeon nolreo wa]
  Kung mayroón kang oras, pumuntá ka dito para maglarô.
  [꿍 마이로온 깡 오-라스, 뿌문따 까 디-또 빠-라 막라로']
  * 여기(이곳): dito, 거기(그곳): diyan, 저기(저곳): doon
  * Ang '와' na galing sa '오다(lumapit)' na pandiwang pawatas ay salitang pautos.
  * Ang '~로' sa '여기로' ay isang PP-pansalitang-abay tungkol sa gawi. Kung mayroong katinig na pang-ilalim sa nauunang titik ay pinapalit sa '~으로[euro]'.
  * Halimbawa
    · 바다로[badaro]: sa dagat   · 산으로[saneuro]: sa bundok

- Marami ka bang ginagawâ sa kompanyá sa panahóng itó?
  [마라-미 까 방 기나가와' 사 꼼빠냐 사 빠나홍 이또]
  요즘 회사에서 바빠?
  [yojeum hoisáeseo babbayo]
  * Ang '요즘' ay sinasabi sa halip ng '요즈음' nang pangkaraniwan.

- 아니, 바쁘지 않아.
  [ani babbeuji ana]
  Hindî, hindî akó abalá.
  [힌디' 힌디' 아꼬 아발라]
  * Ang pawatas ng '아니' ay '아니다' na ginagamit pag patanggi. Ang sabing pangkaraniwan ay '아니', '아니요', 아닙니다'.

* Ang pawatas ng '않아' ay '않다' na nangangahulugang Hindi na ginagamit sa pangungusap na salansang sa pamamagitan ng parirálang '~(pandiwa o pang-uri)지 않다'.
  Ang sabing pangkaraniwan ay '않아', '않아요', '않습니다'
* Halimbawa
  • 먹지 않다[meogji anta]: hindi kumain
  • 예쁘지 않다[yebbeuji anta]: hindi maganda
  • 가지 않다[gaji anta]: hindi pumunta
  • 빠르지 않다[bbareuji anta]: hindi mabilis

● 내 도움이 필요하면 말해.
[nae doumi pilyohamyeon malhae]
Sabihin mo kung kailangan mo ang tulong ko.
[사비-힌 모 꿍 까이라-ㅇ안 모 앙 뚜-ㄹ롱 꼬]
* Ang '~면' ay salitang-katapusanng pang-ugnay na pasakaling may kahulugang Kung o Pag.
* Halimbawa
  • 내가 부자라면[(naega bujaramyeon]: Kung mayaman ako
  • 공부하고 있으면[gongbuhago isseumyeon]: Pag nag-aaral

※ 헤어질 때의 인사: Ang Pagbatì sa Paghihiwaláy

● 늦었어(요). 이제 돌아가자(돌아갑시다).
[neujeosseo(yo) ije doragaja(doragabsida)]
Gabí na. Tayo na (pô) umuwî.
[가비 나. 따-요 나 (뽀') 우무위']
* Ang pawatas ng '돌아가자(돌아갑시다)' ay '돌아가다'
* Ang '~자(~ㅂ시다)' ay salitang katapusang panghikayat sa sariiing grupo. Walang galang ang '~자' at may galang ang '~ㅂ시다'.

* Halimbawa
  - 먹자(먹읍시다).[meogja(meoheubsida)]: Kumain (po) tayo.
  - 자자(잡시다).[jaja(jabsida)]: Matulog (po) tayo.
  - 가자(갑시다).[gaja(gabsida)]: Tayo na (po).
  - 이제 헤어지자(헤어집시다)[ije heeojija(heeojibsida)]
    → Humiwalay na (po) tayo.

● 와 주셔서 감사합니다.
[wa jusyeoseo gamsahamnida]
Salamat po sa inyóng pagdatíng.
[살라-맡 뽀' 사 인용 빡다띵]

● 덕분에 즐거웠습니다.
[deohbune jeulgeowosseumnida]
Nasiyahán po kamí sa inyóng paghahandâ.
[나시야한 뽀' 까미 사 인용 빡하한다']

● 또 오세요.
[ddo oseyo]
Pumarito kayó ulî.
[뿌마리-또 까요 울리']

● 당신을 기다리겠어요.
[dangsineul gidarigesseoyo]
Híhitayín pô kitá.
[히-힌따이인 뽀' 끼따]

● 안녕히 계세요. 매우 고맙습니다.
[annyeonghi gyeseyo maeu gomabseumnida]
Paalam na. Maraming salamat.
[빠아-ㄹ람 나 마라-밍 살라-맡]

● 안녕히 가세요. 다음에 또 만나요.
[annyeonghi gaseyo daeume ddo mannayo]
Paalam na. Hanggáng sa mulî.
빠아-ㄹ람 나. 항강 사 물리'.

● 내일 또 만나요.
[naeil ddo mannayo]
Hanggáng bukas.
[항강 부-까스]

● 조심해(조심하세요).
[josimhae(josimhaseyo)]
Ingat ka(kayó).
[이-ㅇ앝 까(까요)]
* Ang pawatas ng '조심해(조심하세요)' ay '조심하다(mag-ingat)'. Ang pangungusap na may salitang-katapusan ng '~해.' at '~하세요.' ay pautos. Ang '~해.' ay walang galang pero ang '~하세요.' ay may galang na medyo tulad ng sabing pakikiusap.
* Halimbawa
  · 운전하다(magmaneho)→운전해.→운전하세요.
  · 일하다(magtrabaho)→일해.→일하세요.

- 또 뵙겠습니다.
  [ddo boibgesseumnida]
  Makíkita ko kayó ulî.
  [마끼-끼따 꼬 까요 울리']

- Akó ay áalís na.
  [아꼬 아이 아-알리스 나]
  지금 가겠습니다.
  [jigeum gagesseumnida]

- Ingatan ninyó ang inyóng kalusugán.
  [잉아-딴 닌요 앙 인용 깔루수간]
  건강 조심하세요.
  [geongang josimhaseyo]

- Nais kong magkaroón kayó ng masayáng araw.
  [나이스 꽁 막까로온 까요 낭 마사양 아-라우]
  좋은 하루 되세요.
  [joeun haru doeseyo]

- Ingat ka. Umuwî ka nang maaga.
  [이-ㅇ앝 까 우무위' 까 낭 마아-가]
  조심해, 일찍 돌아와.
  [josimhae. iljjik dolawoa]

● Ipagpaumanhín pô ninyó. Kailangan kong umalís na.
[이빡빠우만힌 뽀' 닌요 까일라-ㅇ안 꽁 움알리스 나]
실례지만 먼저 가겠습니다.
[silryejiman meonjeo gagesseumnida]

Seksyon 5 : Katánúngan at Kaságútan

제5과 질문과 답변

● Anó ang pangalan ninyó?
[아노 앙 빵아-ㄹ란 닌요]
당신 이름이 뭐예요?
[dangsin ireumi mwoyeyo]
  * Ang '당신' ay tawag na magalang ng ikaw, pero dapat hindi gamitin sa taong kakilala na kinakailangan ang paggalang,
    halimbawa sa sariling magulang, sariling titser, mas matantang tao ng kapit-bahay at iba pa.
    Sa karaniwan, ginagamit sa sariling asawa at di-kilalang taong katulad na edad.

● Akó pô ay si Jose.
[아꼬 뽀' 아이 시 호세]
저는 호세라고 합니다.
[jeoneun hoserago hamnida]

● Sino pô kayó?
[시노 뽀' 까요]
당신은 누구십니까?
[dangsineun nugusimnikka]

● Akó pô ay pulís.
　[아꼬 뽀' 아이 뿔리스].
　저는 경찰입니다.
　[naneun gyeongchalimnida]

● Anó ang trabaho ninyó?
　[아노 앙 뜨라바-호 ninyó]
　당신 직업이 뭐예요?
　[dangsin jigeobi mwoyeyo]

● Tagapagsalin pô akó.
　[따가빡사-ㄹ린 뽀' 아꼬]
　저는 번역가입니다.
　[jeoneun beonyeoggaimnida]

● Tagasaán pô kayó?
　[따-가사안 뽀' 까요]
　어디에서 오셨어요?/어디 출신입니까?
　[eodieseo osyeosseoyo/eodi chulsinimnikka]

● Tagarito pô akó.
　[따가리-또 뽀' 아꼬]
　저는 이곳 출신입니다.
　[jeoneun igot chulsinimnida]

● Nasaán ba kayó ngayón?
[나사안 바 까요 ㅇ아욘]
지금 어디 계세요?
[jigeun eodi gyeseyo]

● Nasa Gongju city.
[나-사 공주 시티]
공주시에 있어요.
[gongjusie isseoyo]

● Saán ang bahay ninyó?
[사안 앙 바-하이 닌요]
집은 어디예요?
[jibeun eodiyeyo]

● Ang bahay ko ay sa Itaewon.
[앙 바-하이 꼬 아이 사 이태원]
저의 집은 이태원에 있어요.
[jeoeui jibeun itaewone isseoyo]

● Iláng taón ka na?
[일랑 따온 까 나]
몇 살이냐?
[myeot sarieyo]

● Dalawampúng taóng gulang pô akó.
[달라왐뿡 따옹 구-ㄹ랑 뽀' 아꼬]
저는 스무살이에요.
[jeoneun seumusarieyo]

● Anó pô ang petsa ngayón?
[아노 뽀' 앙 뻬-짜 ㅇ아욘]
오늘은 며칠이에요?
[oneureun myeochirieyo]

● Ikasampû ng Agosto, dalawáng libo't walóng taón pô ngayón.
[이까삼뿌' 낭 아고-스또 달라왕 리-볻 왈롱 따온 뽀' ㅇ아욘]
오늘은 2008년 8월 10일입니다.
[oneureun icheonpalnyeon palwol sibiriminda]

● Anó pong araw ngayón?
[아농 뽕 아-라우 ㅇ아욘]
오늘은 무슨 요일이에요?
[oneureun museun yoirieyo]

● Sábado po ngayón.
[사-바도 뽀' ㅇ아욘]
오늘은 토요일입니다.
[oneureun toyoirimnida]

● Anóng oras kang púpuntá sa páaralán?
[아농 오-라스 깡 뿌-뿐따 사 빠-아랄란]

몇 시에 학교에 가느냐?
[myeotsie hakgyoe ganeunya]

   * Ang pawatas ng '가느냐?' ay '가다(pumunta).
     Ang '~(느)냐?' ay salitang-katapusang pang-konklusyong
    pananong ng pandiwa, pang-uri at PP-pampanaguring(~이다)
    walang galang, para maging magalang ginagamit ay ang '~요?' o
    '~ㅂ니까?'. Ang '~십니까?' ay pinakamagalang.

   * Halimbawa
- 오다(dumating)→오느냐?→와요?→옵니까?
- 공부하다(mag-aral)→공부하느냐?→공부해요?→공부합니까?
- 먹다(kumain)→먹느냐?→먹어요?→먹습니까?
- 예쁘다(maganda)→예쁘냐?→예뻐요?→예쁩니까?
- 빠르다(mabilis)→빠르냐?→빨라요?→빠릅니까?
- 선생님이다(titser)→선생님이냐?→선생님이에요?→선생님입니까?

● Saán ka púpuntá?
[사안 까 뿌-뿐따]

어디로 가느냐?
[eodiro ganeunya]

● Anó ang sasakyán ninyó papuntá rito?
[아노 앙 사사끼얀 닌요 빠뿐따 리-또]

무엇을 타고 왔어요?
[mueoseul tago wasseoyo]

● Gaano katagál ang biyahe buhat sa Korea hanggáng Pilipinas sa eruplanó?
[가아-노 까따갈 앙 비야-헤 부-핱 사 꼬레-아 항강 삘리삐-나스 사 에루뿔라-노]
한국에서 필리핀까지 비행기로 얼마나 걸려요?
[hangugeseo pilipinkkaji bihaenggiro eolmana geolryeoyo]

* Ang '~에서 ~까지' ay ginagamit pag sinasabi ang kalayuan(galing sa ~ hanggang ~) o ang katagalan(mula sa~ hanggang ~).
  Sakaling sabihin ang katagalan, ang '~부터[buteo] ~까지' ay ginagamit mas madalas.
* Halimbawa
  · 집에서 학교까지: galing sa bahay hanggang paaralan
  · 한 시에서(부터) 세 시까지: mula sa ala-una hanggang alas-tres
  · 월요일부터 수요일까지: mula sa Lunes hanggang Miyerkules

● Anó pô ang lagáy ng panahón ngayón?
[아노 뽀' 앙 라가이 낭 빠나혼 ㅇ아욘]
오늘 날씨는 어때요?
[oneul nalssineun eoddaeyo]

● Totoó pong mainit.
[또또오 뽕 마이-닡]
매우 더워요.
[maeu deowoyo]

● Anó pô itó?
[아노 뽀ˊ 이또?]
이것은 무엇이에요?
[igeoseun mueosieyo]

● Kanino pô iyán?
[까니-노 뽀ˊ 이얀]
그것은 누구꺼예요?
[geugeoseun nugukkeoyeyo]
  * Ang '~꺼' ay salitang pangkaraniwan ng '것(bagay)', kaya ang '누구꺼' ay '누구의 것' sa sabing literatural.
  * Halibawang paggamit
    · 나의 것→내꺼: aking bagay
    · 너의 것→네꺼: iyong bagay
    · 그 사람의 것→그 사람 꺼: kanyang bagay

● Anó ang ginágawâ ninyó sa panahóng itó?
[아노 앙 기나-가와ˊ 닌요 사 빠나홍 이또]
요즘 뭐하세요?
[yojeum mwo haseyo]

● Gaano po kalayò ang biyahe buhat sa Seoul hanggáng Daejeon?
[가아-노 뽀ˊ 깔라-요ˋ 앙 비야-헤 부-핫 사 서울 항강 대전]
서울에서 대전까지 얼마나 멀어요?
[seoureseo daejeonkkaji eolmana meoreoyo]

- Kailán kayó magpápakasál?
  [까일란 까요 막빠-빠까살]
  당신들은 언제 결혼해요?
  [dangsindeuleun eonje gyeolhonhaeyo]

- Tamà na pô ba?
  [따-마' 나 뽀' 바]
  이제 됐어요?
  [ije dwaesseoyo]

- Alín ang gustó ninyó?
  [알린 앙 구스또 닌요]
  [어느 것을 좋아해요]
  [eoneugeoseul joahaeyo]

- Bakit kayó nagágalít?
  [바-낕 까요 나가-갈맅]
  왜 화 났어요?
  [wae hwa nasseoyo]

- Walâ po kasí siyá, e.
  [왈라' 뽀' 까시 시야 에]
  그녀가 없어서요.
  [geunyeoga eobsseoseoyo]

- Anó pô?
  [아노 뽀']
  뭐라고요?
  [mworagoyo]

- May gágawín ka pa ba?
  [마이 가-가윈 까 빠 바]
  아직 할 일 있어?
  [ajik hal il isseo]

- Mayroón pa pô.
  [마이로온 빠 뽀']
  아직 있어요.
  [ajik isseoyo]

- Puwede pô bang magtanóng?
  [뿌웨-데 뽀' 바 막따농]
  질문해도 되겠습니까?
  [jilmunhaedo doigesseumnikka]

- Puwede pô ba akóng kumain?
  [뿌웨-데 뽀' 바 아꽁 꾸마-인]
  먹어도 돼요(됩니까)?
  [meogeodo dwaeyo(doimnikka)]

  * Ang pawatas ng '돼요(됩니까)?' ay '되다(maging)', pero sa '~도 되다', ang '되다' ay salitang pantulong na nangangahulugang Puwede para sa kahulugan ng nauunang pandiwa o pang-uri.

* Halimbawa(pawatas)
  - 이제 자도(자다) 됩니까?: Puwede na po bang matulog?
  - 당신은 가도(가다) 돼요.: Puwede po kayong umalis.
  - 내일 늦어도(늦다) 됩니까?: Puwede po bang mahuli bukas?

● Dapat ka na bang umalís?
[다-빹 까 나 방 움알리스]
지금 가야 해?
[jigeum gaya haeyo]

● Nasaán na tayo?
[나사안 나 따-요]
여기는 어디야?
[yeogiga eodiyeyo]

● Masaráp ba?
[마사랖 바]
맛있어?
[masisseoyo]

● Hindî ba masaráp?
[힌디' 바 마사랖]
맛 없어?
[mat eobsseoyo]

- Náiintindihán ba ninyó?
  [나-이인띤디한 바 닌요]
  알겠어요?
  [algesseoyo]

- Hindî ko náintindihán.
  [힌디' 꼬 나-인띤디한]
  모르겠어.
  [moreugesseo]

- Abalá ka ba ngayón?
  [아발라 까 바 ㅇ아욘]
  지금 바빠?
  [jigeum babba]

- Maysakít ka ba?
  [마이사낃 까 바]
  아파?
  [apa]

- Anó ang maitútúlong ko sa inyó?
  [아노 앙 마이뚜-뚜-ㄹ롱 꼬 사 인요]
  무엇을 도와 드릴까요?
  [mueoseul dowa deurilkkayó]

● Hindî ba kayó Pilipino?
   [힌디' 바 까요 삘리삐-노]
   당신은 필리핀 사람이 아닙니까?
   [dangsineun pilipin sarami animnikka]

● Opò, hindî akó Pilipino.
   [오-뽀', 힌디' 아꼬 삘리삐-노]
   예, 저는 필리핀 사람이 아니에요.
   [ye, jeoneun pilipin sarami aniyeyo]

● Hindî pô, Pilipino akó.
   [힌디' 뽀', 삘리삐-노 아꼬]
   아니요, 저는 필리핀 사람입니다.
   [aniyo jeoneun pilipin saramimnida]

● Kaya pô ba ninyó iyán?
   [까-야 뽀' 바 닌요 이얀]
   그것 하실 수 있겠어요?
   [geugeot hasill su itgesseoyo]
   * Ang kahulugan ng '수 있겠어요?' ay 'Puwede po ba?'
   * Ang saligang salita ng '하실' ay '하시다' na salitang panggalang na galing sa '하다(gumawa)'. Ang karamihan sa pandiwa ay maaring gamitin para sa salitang panggalang sa pamamagitan ng '~시다' bilang salitang-katapusan. Yung sabing pangkaraniwan ay '하세요' at ang '하십니다' ay pinakamagalang nito.

* Halimbawa
  - 공부하다(mag-aral)→공부하시다→공부하세요→공부하십니다
  - 수영하다(lumangoy)→수영하시다→수영하세요→수영하십니다
  - 가다(pumunta)→가시다→가세요→가십니다
  - 만나다(makasalubong)→만나시다→만나세요→만나십니다
  - 쓰다(magsulat)→쓰시다→쓰세요→쓰십니다

● Opò, kaya ko.
[오-뽀' 까-야 꼬]
예, 할 수 있어요.
[ye hal su isseoyo]

● Kumain pa kayó.
[꾸마-인 빠 까요]
좀 더 드세요.
[jom deo deuseyo]

● Huwág na. Salamat pô.
[후왁 나 살라-맡 뽀']
많이 먹었어요. 고맙습니다.
[mani meogeosseoyo gomabseumnida]

● Gágawín ko pô iyán.
[가-가윈 꼬 뽀' 이얀]
그거 제가 하겠습니다.
[geugeo jega hagesseumnida]

* Ang '그거' ay usapang salita ng '그것(bagay na iyan)'.
  이것→이거(bagay na ito), 저것→저거(bagay na iyon)
  이런 거: ganitong bagay, 저런 거: ganyang bagay
  그런 거: ganyong bagay

● Dî ko naíintindihán ang sinabi ninyó.
  [디' 꼬 나-이인띤디한 앙 시나-비 닌요]
  당신 말씀을 이해하지 못했어요(못했습니다).
  [dangsin malsseumeul ihaehaji mothaesseoyo(mothaesseumnida)]
  * Ang '말씀' ay salitang magalang ng '말(sabi)'.
  * Ang '~지 못하다' ay saligang na salita ng '~지 못해요(못합니다)'
    na nangangahulugang 'Hindi puwede ~(pandiwa).
    Ang '못했어요(못했습니다)' ay nakaraang panahunan ng
    '못해요(못합니다)' na pangkasalukuyan.
  * Halimbawa(pawatas)
    · 가지(가다) 못하다.: Hindi puwedeng pumunta.
    · 말하지(말하다) 못하다.: Hindi puwedeng magsabi.
    · 여행하지(여행하다) 못하다.: Hindi maaaring maglakbay.
    · 읽지(읽다) 못하다.: Hindi maaring bumasa.
    · 외우지(외우다) 못하다.: Hindi puwedeng magsaulo.

● Sabihin ninyó ulî.
  [사비-힌 닌요 울리']
  다시 말하세요.
  [dasi malhaseyo]

● Opò, syempre.
  [오-뽀‘, 시예-ㅁ쁘레]
  예, 물론입니다.
  [ye, mulronimnida].

● Marunong ka ba ng Tagalog?
  [마루-농 까 바 낭 따가-ㄹ록]
  따갈로그어 할 줄 알아?
  [ddagalrogeueo hal jul ara]

Seksyon 6 : Pagpapasalamat at Paghingî ng Patawad

제6과   감사와 사과

● Maraming salamat pô.
[마라-밍 살라-맡 뽀']
대단히 감사합니다(고맙습니다)
[daedanhi gamsahamnida(gomabseumnida)]

● Walang anumán.
[왈랑 아누만]
천만에.
[cheonmane]

● Hindî pô, akó ang dapat magpasalamat sa inyó.
[힌디' 뽀', 아꼬 앙 다-빧 막빠살라-맡 사 인요]
아닙니다. 오히려 제가 고마워해야 합니다.
[animnida ohiryeo jega gomawohaeya hamnida]
   * Ang pawatas ng '합니다' ay '하다(gumawa)', pero nasa '~야 하다',
     ang '하다' ay pandiwang pantulong na nangangahulugang
     Dapat para sa kahulugan ng nauunang pandiwa o pang-uri.
     Ang '~야 한다.' ay panahong pangkasalukuyan ng '~야 하다'.
   * Ang pawatas ng '고마워해야' ay '고마워하다(magpasalamat)'
   * Halimbawa(pawatas)
     · 먹어야(먹다) 한다.: dapat kumain.
     · 가야(가다) 한다.: dapat pumunta.

- 갚아야(갚다) 한다.: dapat magbayad.
- 돌아가야(돌아가다) 한다.: dapat bumalik.
- 이겨야(이기다) 한다.: dapat manalo.
- 살아야(살다) 한다.: dapat mamuhay.

● Walâ pong anumán.
 [왈라' 뽕 아누만]
 천만입니다.
 [cheonmanimnida]

● Patawad pô'.
 [빠따-왈 뽀]
 미안합니다(죄송합니다)
 [mianhamnida(joisonghamnida)]

● Patawarin pô akó sa isáng beses na itó lang.
 [빠따와-린 뽀' 아꼬 사 이상 베-세스 나 이또 랑]
 이번 한번만 용서해 주세요.
 [ibeon hanbeonman yongseohae juseyo]
 * Ang pawatas ng '주세요' ay '주다(ibigay)', pero nasa '~해 주다', ang '주다' ay pandiwang pantulong na nangangahulugang
  Gumawa ng kahulugan ng nauunang pandiwa at Ibigay sa iba.
  Ang '주세요.' ay nangangahuluag Ibigay po sa(kay) ~.
  Pero pag ginagamit gaya ng '~(Pandiwang-하다)해 주세요.', ang kahulugan ay Paki-(pandiwa) ninyo ~ sa(kay) ~.
 * Halimbawa(pawatas)
  - 저에게 돈을 주세요(주다).: Ibigay po ang pera sa akin.

- 사람들에게 피아노를 연주해(연주하다) 주세요.
  Pakitugtog ninyo ang piyano sa mga tao.
- 학생들에게 영어를 가르쳐(가르치다) 주세요.
  Pakituro ninyo ang Ingles sa mga estudyante.
- 저의 어머니를 치료해 주세요.
  Pakilunas ninyo ang ina ko.

● Paumanhín pô.(일반적인 양해를 구할 때)
[빠우만힌 뽀']
실례합니다.
[silryehamnida]

● Makíkiraán pô.(옆을 지나치거나 장소를 통과할 때)
[마끼-끼라안 뽀']
실례합니다.
[silryehamnida]

● Mawaláng-galang pô.(회의장 등에서 주의를 끌기 위해)
[마왈랑가-ㄹ랑 뽀']
실례합니다.
[silryehamnida]

● Salamat sa pagtulong ninyó.
[살라-맡 사 빡뚜-ㄹ롱 닌요]
도와 주셔서 감사합니다.
[dowa jusyeoseo gamsahamnida]

* Ang pawatas ng '주셔서' ay '주시다' na magalang na salita.
  Ang '~서' ng '주셔서' ay salitaang-katapusang pang-ugnay saka pandahilan para sa nauunang salitang may deklinasyon.
* Halimbawa
  - 비행기는 빨라서(빠르다) 좋다.
    → Mabuti dahil mabilis ang eruplano.
  - 영희는 친절해서(친절하다) 친구가 많다.
    → Maraming kaibigan si Yeonghi dahil mabait siya.

● Natútuwâ kamí sa pagdatíng ninyó.
[나뚜-두와' 까미 사 빡다띵 닌요]
와 주셔서 감사합니다.
[wa jusyeoseo gamsahamnida]

Seksyon 7 : Pakikiusap at Paanyaya

제7과　부탁과 권유

● Maáarì ba ninyóng bigyán akó ng tubig?
[마아-아-리' 바 닌용 빅얀 아꼬 낭 뚜-빅]
물을 줄 수 있습니까?
[mureul jul su isseumnikka]
　* Ang pangungusap ng paturol ng '(pandiwa)ㄹ 수 있습니까?' na pangungusap na pananong ay '~ㄹ 수 있다.' na nangangahulugang Maaari ~(pandiwa) o Puwede ~(pandiwa).
　* Halimbawa(pawatas)
　　· 쉴(쉬다) 수 있다.: Maaaring magpahinga.
　　· 운동할(운동하다) 수 있다.: Puwedeng mag-exercise.
　　· 달릴(달리다) 수 있다.: Maaaring tumakbo.
　　· 누울(눕다) 수 있다.: Puwedeng humiga.

● Ibig ba ninyóng uminóm ng katás ng kamatis?
[이-빅 바 닌용 움이놈 낭 까따스 낭 까마-띠스]
토마토 쥬스 드시겠어요?
[tomato jyuseu deusigesseoyo]

● Pakitulungan ninyó akó.
[빠끼뚤루-ㅇ안 닌요 아꼬]
좀 도와 주세요.
[jom dowa juseyo]

- Maáarì po ba akóng magsigarilyo rito?
  [마아-아-리' 뽀' 바 아꽁 막시가리-ㄹ료 리또]
  여기서 담배 피워도 돼요?
  [yeogiseo dambae piwodo dwaeyo]

- Hindî po maááring magsigarilyo rito.
  [힌디' 뽀' 마아-아-링 막시가리-ㄹ료 리또]
  여기는 담배 피울 수 없어요.
  [yeogineun dambae piul su eobsseoyo]
  * Ang '~ 수 없다.' ay saligang salita ng '~ 수 없어요.' na nangangahulugang Hindi puwede ~(pandiwa).
  * Ang kahulugan ng '없다' ay 'wala' pag ginagamit bilang sariling pang-uri. Ang salitang kasalungat nito ay '있다(mayroon)'.
  * Halimbawa(pawatas)
    · 일할(일하다) 수 없다.: Hindi puwedeng magtrabaho.
    · 걸을(걷다) 수 없다: Hindi maaaring maglakad.
    · 올라갈(올라가다) 수 없다.: Hindi puwedeng umakyat.
    · 청소할(청소하다) 수 없다.: Hindi maaaring maglinis.
    · 표현할(표현하다) 수 없다.: Hindi puwedeng magpahayag.
    · 돈이 없다.: Walang pera.

- Tulóy kayó.
  [뚤로이 까요].
  어서 들어오세요.
  [deuleooseyo]

- Umupô kayó.
  [움우뽀‘ 까요]
  앉으세요.
  [anjeuseyo]

- Ibig ba ninyóng makiníg ng tugtóg?
  [이-빅 바 닌뇽 마끼닉 낭 뚝똑]
  음악 들으시겠어요?
  [eumag deureusigesseoyo]

- Isásakáy ninyó ba akó hanggáng sa palengke?
  [이사-사까이 바 닌요 아꼬 항강 사 빨레-ㅇ께]
  시장까지 저를 태워 주겠어요?
  [sijangkkaji jeoreul taewo jugesseoyo]

- Isásakáy pô kitá sa kotse ko hanggang sa bahay ninyó.
  [이사-사까이 보‘ 끼따 사 꼬-쩨 꼬 항강 사 바-하이 닌요]
  당신 집까지 제 차로 태워 드리겠습니다.
  [dangsin jibkkaji je charo taewo deurigesseumnida]

- Tayo na po sa kainán.
  [따-요 나 뽀‘ 사 까이난]
  식사하러 갑시다.
  [siksahareo gabsida]

- Íinumín ninyó ba ang kapé?
  [이-이누민 닌요 바 앙 까뻬]
  커피 마시겠어요?
  [keopi masigesseoyo]

- Gabí na. Uwî na po.
  가비 나. 우위' 나 뽀'.
  늦었어요. 돌아가요.
  [neujeosseoyo doragayo]

- Puntá kayó rito.
  [뿐따 까요 리-또]
  이리 오세요.
  [iri oseyo]

- Ingat kayó.
  [이-ㅇ앝 까요]
  조심하세요.
  [josamhaseyo]

- Magpakahinahon ka.
  [막빠까히나-혼 까]
  진정해.
  [jinjeong hae]

● Hintáy ka sandalî.
  [힌따이 까 산달리']
  잠깐 기다려.
  [jamkkan gidaryeo]

● Sandalî lang.
  [산달리' 랑]
  잠깐만.
  [jamkkanman]

● Dahan-dahan lang.
  [다-한다-한 랑].
  천천히, 천천히.
  [cheoncheonhi cheoncheonhi]

● Dalian ninyó.
  [달리-안 닌요]
  서두르세요.
  [seodureuseyo]

● Iturò ninyó sa akin ang wikang Filipino.
  [이뚜-로' 닌요 사 아-낀 앙 위-깡 필리삐-노]
  필리핀어(를) 가르쳐 주세요.
  [pilipineo(reul) gareuchyeo juseyo]
  * Sa estilo ng kolokyal, ang PP-panlayon(~을/~를) ay nilalaktawan sa karaniwan.

● Aralín natin ang Inglés mulâ ngayón.
  [아랄린 나-띤 앙 잉글레스 물라ˇ ㅇ아욘]
  지금부터 영어공부(를) 합시다.
  [jigeumbuteo yeongeogongbu(reul) habsida]

● Ipakita ninyó iyán sandalî lang.
  [이빠끼-따 닌요 이얀 산달리ˇ 랑]
  그거(그것을) 잠깐만 보여 주세요.
  [geugeo(geugeoseul) jamkkanman boyeo juseyo]

● Tayo na (pô).
  [따-요 나 (뽀ˇ)]
  가자(갑시다).
  [gaja(gabsida)]
  * Ang salitang-katapusang pangkonklusyong '~자.' at '~ㅂ시다.' ng pandiwa ay ginagamit pag nanghihikayat sa sariling grupo. Ang '~ㅂ시다.' ay may galang, pero ang '~자.' ay walang galang.

● Huwág kang pumuntá.
  [후왁 깡 뿌문따]
  가지 마.
  [gaji ma]

● Huwág kang pumarito.
  [후왁 깡 뿌마리-또]
  여기 오지 마.
  [yeogi oji ma]

* Ang '~(pandiwa)지 마.' ay ginagamit pag nag-uutos nang patanggi. Ang pawatas ng '마' na ginagamit dito ay pandiwang pantulong ng '말다'.

● Huwág kang maghintáy.
[후왁 깡 막힌따이]
기다리지 마.
[gidariji ma]

● Sabihin mo.
[사비-힌 모]
말해.
[malha]

● Huwág mong sabihin.
[후왁 몽 사비-힌]
말하지 마.
[malhaji ma]

● Huwág kayóng mag-alalá.
[후왁 까용 막알랄라]
걱정하지 마세요.
[geogjeonghaji maseyo]

- Huwág kang matakot.
  [후왁 깡 마따-꼳]
  무서워 하지 마.
  [museowohaji ma]

- Hindî ba bale?
  [힌디' 바 바-ㄹ레]
  문제없어?
  [munje eobseo].
  * Nagtataas ng tunog sa dulo ng pangungusap na pananong.

- Oo, hindî bale.
  [오-오 힌디' 바-ㄹ레]
  응, 문제없어.
  [eung munje eobseo].
  * Nagbababa ng tunog sa dulo ng pangungusap na paturol.

- Totoó ba?
  [또또오 바]
  정말이야?
  [jeongmariya]

- Oo, totoó.
  [오-오 또또오]
  응, 정말이야.
  [eung jeongmariya]

- Halika(Halikayó) rito.
  [할리-까(할리까요) 리-또]
  이리 와(오세요).
  [iri wa(oseyo)]

- Tahimik ka(kayó).
  [따히-밀 까요]
  조용히 해(하세요).
  [joyonghi hae(haseyo)]

- Huwág mo akóng kalimutan.
  [후왁 모 아꽁 까리무-딴]
  나(를) 잊지 마.
  [na(reul) itji maseyo]

- Huwág kang umiyák.
  [후왁 깡 움이약]
  울지 마.
  [ulji ma]

- Huwág kang tumawa.
  [후왁 깡 뚜마-와]
  웃지 마.
  [utji ma]

● Bakit kayó natátawá?
[바-낕 까요 나따-따와]

왜 웃으세요?
[wae useuseyo]

● Huwág kayóng máhulí.
[후왁 까용 마-훌리]

늦지 마세요.
[neutji maseyo]

● Ibilí mo akó niyán na waláng sabláy.
[이빌리 모 아꼬 니얀 나 왈랑 사블라이]

그것 꼭 사 줘.
[geugeot kkog sa jwo]

　* Ang pawatas ng '줘' na pautos ay '주다(magbigay).

● Tuparín mo ang iyóng pangakò.
[뚜빠린 모 앙 이용 빵아-꼬']

약속(을) 지켜.
[yagsog(eul) jikyeo]

　* Ang pawatas ng '지켜' na pautos ay '지키다(mangalaga)'.

● Huwág ninyóng sabihin itó sa ibá.
[후왁 닌용 사비-힌 이또 사 이바]

다른 사람에게 말하지 마세요.
[dareun saramege malhaji maseyo]

* Ang '~에게' ay PP-pansalitang-abay na datibo.
  나에게: sa akin, 너에게: sa iyo, 그에게: sa kanya
  우리에게: sa atin/amin, 너희에게: sa inyo, 그들에게: sa kanila
  후안에게: kay Juan, 로사에게: kay Rosa

● Natátákot po akó.
  [나따-따-꼴 뽀' 아꼬]
  무서워요.
  [museoyo]

● Laksán mo(ninyó) ang loób mo.
  [락산 모 앙 로옵 모]
  힘내(힘내세요).
  [himnae(himnaeseyo)]

● Huwág kang(kayóng) mabíbiglâ.
  [후왁 깡(까용) 마비-비글라']
  놀라지 마(마세요).
  [nolaji ma(meseyo)]

● Huwág kang magalit.
  [후왁 깡 마가-ㄹ릳]
  화내지 마.
  [hwanaeji ma]

● Huwág kayóng madismaya.
　[후왁 까용 마디스마-야]
　실망하지 마세요.
　[silmanghaji meseyo]

● Huwág kayóng sumukò.
　[후왁 까용 수무-꼬˙]
　포기하지 마세요.
　[pogi haji maseyo]

● Gawín sa abót na makakaya ninyó.
　[가윈 사 아볻 나 마까까-야 닌요]
　최선을 다 하세요.
　[choiseoneul da haseyo]

● Malungkót pô akó.
　[말룽꼳 뽀˙ 아꼬]
　우울해요(슬퍼요).
　[uulhaeyo(seulpeoyo)]

● Bahalà ka.
　[바하-ㄹ라˙ 까]
　네가 알아서 해.
　[nega araseo hae]

● Pakinggán mo akó.
[빠낑간 모 아꼬]
내 말 들어 봐.
[nae mal deuleo boa]

* Ang pawatas ng '봐' na nasa panaganong pautos ay '보다(tingnan) pag ginagamit bilang pandiwang palipat, pero kung ginagamit bilang pandiwang pantulong sa nauunang pandiwa, yung kahulugan ay '~(pandiwa) para sa pagsubok'.
* Halimbawa(pawatas)
  · 들어(듣다) 보다: makinig para sa subok
  · 먹어(먹다) 보다: tikman
  · 걸어(걷다) 보다: maglakad para sa subok
  · 수영해(수영하다) 보다: lumangoy para sa subok

Seksyon 8 : Ang Pagtawag at Pagtanggap ng Teléfono

제8과   전화걸기와 받기

● Hello, itó pô ba ang 345-6789?
  [헬로우, 이또 뽀‘ 바 앙 따뜰로 아-빱 리마 아-님 삐또 왈로 시얌]
  여보세요. 345국에 6789번입니까?
  [yeoboseyo samsaoguge yugchilpalgubeonimnikka]

● Diyán ba nakatirá si Ginoóng Kim?
  [지얀 바 나까띠라 시 기노옹 킴]
  거기 김 선생님 댁입니까?
  [geogi kim seonsaengnim daegimnikka]

● Náriyán pô ba si Ginoóng Park?
  [나-리얀 뽀‘ 바 시 기노옹 박]
  거기 박 선생님 계세요?
  [geogi bag seonsaengnim gyeseyo]

● Puwede pô bang makausap si Propesór Lee?
  [뿌웨-데 뽀‘ 방 마까우-삽 시 쁘로뻬소르 리]
  이 교수님과 통화할 수 있습니까?
  [i gyosunimgwa tonghwahal su isseumnikka]

● Akó pô ay si Pedro.
[아꼬 뽀‘ 아이 시 뻬-드로]
저는 페드로입니다.
[jeoneun pedeuroimnida]

● Sino pô kayó?
[시-노 뽀‘ 까요]
누구세요?
[nuguseyo]

● Walâ pô si Juan dito ngayón.
[왈라‘ 뽀’ 시 후안 디-또 ㅇ아욘]
후안은 지금 여기 없습니다.
[huaneun jigeum yeogi oebsseumnida]

● May kausap pô siyá sa telépono.
[마이 까우-삽 뽀‘ 시야 사 뗄레-뽀노]
그 분은 통화중입니다.
[geu buneun tonghwajungimnida]
  * Ang saligang salita ng '~중입니다.' ay '~중이다.' na ibig sabihin ang progresibong pangkasalukuyan.
  * Halimbawa(pawatas)
    • 등산하는(등산하다) 중이다/등산중이다.: Umaakyat na sa bundok.
    • 대기하는(대기하다) 중이다/대기중이다.: Naghihintay na.
    • 식사하는(식사하다) 중이다/식사중이다.: Kumakain na.
    • 쉬는(쉬다) 중이다.: Nagpapahinga na.
    • 마시는(마시다) 중이다.: Umiinom na.

- 다투는(다투다) 중이다.: Nag-aaway na.
- 자는(자다) 중이다.: Natutulog na.
- 파는(팔다) 중이다.: Nagbebenta na.

● Malî pô ang númérong naidayal.
[말리' 뽀' 앙 누-메롱 나이다-얄]
전화 잘못 걸었습니다.
[jeonhwa jalmot geoleosseumnida]

● Hindî marinîg nang mabuti.
[힌디' 마리닉 낭 마부-띠]
잘 안 들립니다.
[jal an deulimnida]

● Laksán ninyó nang kauntî.
[락산 닌요 낭 끼운띠']
좀 더 크게 말하세요.
[jom deo keuge malhaseyo]

● Maghintáy kayó sandalî.
[막힌따이 까요 산달리']
잠깐만 기다려 주세요.
[jamkkanman gidaryeo juseyo]

● Abalá pô akó, tátawágan kitá mámayâ.
[아발라 뽀' 아꼬 따-따와-간 끼따 마-마야']
지금 바쁘니까 나중에 연락드릴게요.
[jigeum babbeunikka najunge yeonragdeurilkeyo]

● Dalián ninyóng magsalitâ.
[달리안 닌용 막살리따']
빨리 말하세요.
[bbalri malhaseyo]

● Bakit pô kayó tumawag?
[바-낃 뽀' 까요 뚜마-왁]
무슨 일로 전화하셨어요?
[museun ilro jeonhwahasyeosseoyo]

Seksyon 9 : Halagá

제9과 가격

● Gustó ko pong bumilí ng sombrero.
  [구스또 꼬 뽕 부밀리 낭 솜브레-로]
  모자를 사고 싶어요.
  [mojareul sago sipeoyo]

● Saán pô ang tindahan ng bulaklák?
  [사안 뽀' 앙 띤다-한 낭 불락락]
  꽃가게는 어디에 있습니까?
  [kkotgageneun eodie isseumnikka]

● Magkano po itó?
  [막까-노 뽀' 이또]
  이거 얼마예요?
  [igeo eolmayeyo]

● Sampúng libong Won po iyán.
  [삼뿡 리-봉 원 뽀' 이얀]
  그거 10,000원이예요.
  [geugeo manwoniyeyo]

● Masyado pong mahál.
  [마샤-도 뽕 마할]
  너무 비싸요.
  [neomu bissayo]

● Meron po bang mas mura?
   [메론 뽀' 방 마스 무-라]
   더 싼 거 있어요?
   [deo ssan geo isseoyo]
* Ang '싼' ay paunang pangngalan ng pang-uring '싸다(mura)' na pawatas.
* Ang '~ㄴ' ay katinig na pang-ilalim para sa paunang pangngalan ng salitang may deklinasyon.
* Halimbawa(pawatas)
  · 맑은(맑다: malinaw) 하늘: malinaw na langit
  · 착한(착하다: mabait) 아이: mabait na bata
  · 달리는(달리다: tumakbo) 호랑이: tumatakbong tigre
  · 공부하는(공부하다: mag-aral) 학생: nag-aaral na estudyante

● Bigyán ninyó akó ng tawad.
   [빅얀 닌요 아꼬 낭 따-왇]
   깎아 주세요.
   [kkakka juseyo]

● Kulang po ang pera.
   [꾸-랑 뽀' 앙 뻬-라]
   돈이 모자라요.
   [doni mojarayo]

● Bigyán ninyó akó ng suklî.
   [빅얀 닌요 아꼬 낭 수끌리']
   거스름돈/잔돈 주세요.
   [geoseureumdon/jandon juseyo]

- Heto po ang suklî ninyó.
  [헤-또 뽀' 앙 수끌리' 닌요]
  잔돈 여기 있어요.
  [jandon yeogi isseoyo]

- Hindî po tamà ang suklî.
  [힌디' 뽀' 따-마' 앙 수끌리']
  거스름돈이 틀려요.
  [geoseureumdoni teulyeoyo]

- Bíbilhín ko po itó.
  [비-빌힌 꼬 뽀 이또]
  이걸 사겠어요.
  [igeol sagesseoyo]
  * Ang '이걸' ay pangkaraniwang salita ng '이것을'.
    그걸→그것을, 저걸→저것을

- Dádalhín ko po itó.
  [다-달힌 꼬 뽀' 이또]
  이걸 가져가겠어요.
  [igeol gajyeogagesseoyo]

- Ákina po ang resibo.
  [아-끼나 뽀' 앙 레시-보]
  영수증 주세요.
  [yeongsujeung juseyo]

Seksyon 10 : Pamimilí

제10과 쇼핑

● Mayroón pô bang palengke na malapit dito?
[마이로온 뽀' 방 빨레-ㅇ께 나 말라-뻴 디-또]
이 근처에 시장이 있습니까?
[i geuncheoe sijangi isseumnikka]

● Anó ang hináhánap ninyo?
[아노 앙 히나-하-낲 모]
무엇을 찾으세요?
[mueoseul chajeuseyo]

● Gustó ko pong bumilí ng damít.
[구스또 꼬 뽕 부밀리 낭 다밑]
저는 옷을 사고 싶어요.
[jeoneun oseul sago sipeoyo]

● Itó, anó sa palagáy ninyó?
[이또 아노 사 빨라가이 닌요]
이거 어때요?
[igeo eoddaeyo]

● Magkano pô iyán?
[막까-노 뽀‘ 이얀]
그거 얼마예요?
[geugeo eolmayeyo]

● Dalawampúng libong Won po iyán.
[달라왐뽕 리-봉 원 뽀‘ 이얀]
그거 이만 원이에요.
[geugeo imanwonieyo]

● Mahál po namán.
[마할 뽀‘ 나만]
너무 비싸요.
[neomu bissayo]

● Mayroón po bang hindî mahál?
[마이로온 뽀‘ 방 힌디‘ 마할]
비싸지 않은 거 있어요?
[bissaji aneun geo isseoyo]

● Bíbigyán po kitá ng tawad na sanlibong Won.
[비-빅얀 뽀‘ 끼따 낭 따-왇 나 산리-봉 원]
천원 깎아 드릴게요.
[cheonwon kkakka deurilkkeyo]

● Bigyán ninyó akó ng dalawáng libong Won na tawad.
[빅얀 닌요 아꼬 낭 달라왕 리-봉 원 나 따-왇]
이천원 깎아 주세요.
[icheonwon kkakka juseyo]

● Walá po bang ibáng kulay?
  [왈라 뽀' 방 이방 꾸-ㄹ라이]
  다른 색깔 없어요?
  [dareun saekkal eopsseoyo]

● Mayroón pa po bang sapatos na halagáng limáng libong Won?
  [마이로온 빠 뽀' 방 사빠-또스 나 할라강 리망 리-봉 원]
  오천 원짜리 신발 아직 있어요?
  [ocheonwonjjari sinbal ajik isseoyo]

● Palitán ninyó itó.
  [빨리딴 닌요 이또]
  이것 바꿔 주세요.
  [igeot bakkwo juseyo]

● Pakibalot ninyó itó nang magandá.
  [빠끼바-ㄹ롣 닌요 이또 낭 마간다]
  이거 예쁘게 포장해 주세요.
  [igeo yebbeuge pojanghae juseyo]
  * Ang '~게' ng '예쁘게' na galing sa '예쁘다(maganda)' na pawatas na pang-uri ay salitang-katapusang pang-abay para sa salitang pang-uri.
  * Halimbawa(pawatas ng pang-uri)
    • 빠르게(빠르다) 달리다.: tumakbo nang mabilis.
    • 분명하게(분명하다) 말하다.: magsalita nang maliwanag.
    • 밝게(밝다) 빛나다.: sumikat nang makinang.
    • 깊게(깊다) 파다. humukay nang malalim.

● Gustó kong bumili ng isáng kilong ginseng na anim na taóng tagál.
[구스또 꽁 부밀리 낭 이상 끼-르롱 진셍 나 아님 나 따옹 따갈]
6년근 인삼 1킬로 사고 싶어요.
[yuknyeongeun insam il kilro sago sipeoyo]

● Mayroón pô ba ang tagál na anim na taón?
[마이로온 뽀' 바 앙 따갈 나 아-님 나 따온]
6년근 있어요?
[yuknyeongeun isseoyo]

● Tatlumpúng libong Won pô ang isáng kahón.
[따뜰룸뿡 리-봉 원 뽀' 앙 이상 까혼]
한 통에 삼 만원이에요.
[han tonge sam manwonieyo]

● Ipakita ninyó ang tagál na limáng taón.
[이빠끼-따 닌요 앙 따갈 나 리망 따온]
5년근 보여 주세요.
[onyeongeun boyeo juseyo]

● Ilán sa isáng kahón?
[일란 사 이상 까혼]
한통에 몇 개 들어 있어요?
[hantonge myeot gae deuleo isseoyo]

● Iláng taón ang tagál na itó?
[일랑 따온 앙 따갈 나 이또]
이건 몇 년짜리예요?
[igeon myeot nyeonjjariyeyo]

● Nagbébénta ba kayó ng tsa na ginseng?
[낙베-베-ㄴ따 바 까요 낭 짜 나 진생]
인삼차 팔아요?
[insamcha palayo]

● Labintatlóng libong Won pô ang lahát.
[라빈따뜰롱 리-봉 원 뽀' 앙 라핱]
전부 만 삼천 원입니다.
[jeonbu man samcheon wonimnida]

● Magkano pô ang isáng mansanas?
[막까-노 뽀' 앙 이상 만사-나스]
사과 한 개 얼마예요?
[sagwa han gae eolmayeyo]

● Sanlibong Won pô ang apat na mansanas.
[산리-봉 원 뽀' 앙 아-빹 나 만사-나스]
사과 네 개 천원이에요.
[sagwa ne gae cheonwonieyo]

● Panís na po itó.
[빠니스 나 뽀' 이또]
이거 상했어요.
[igeo sanghaesseoyo]

- Matamís po ba iyán?
  [마따미스 뽀' 바 이얀]
  그거 달아요?
  [geugeo darayo]

- Ibigáy ninyó anim na itlóg.
  [이비가이 닌요 아-님 나 이뜰록]
  계란 여섯 개 주세요.
  [gyeran yeoseot gae juseyo]

- Magkano pó ang damít na asúl?
  [막까-노 뽀' 앙 다밑 나 아술]
  푸른색 옷은 얼마예요?
  [pureunsaeg oseun eolmayeyo]

- Mayroón po bang mas mabuti?
  [마이로온 뽀' 방 마스 마부-띠]
  더 좋은 거 없어요?
  [deo joeun geo eobsseoyo]

- Mayroón po bang ibá?
  [마이로온 뽀' 방 이바]
  다른 것 있어요?
  [dareun geot isseoyo]

● Kumustá po ang kalidád niyán?
[꾸무스따 뽀‘ 앙 깔리닫 니얀]
그거 품질은 어때요?
[geugeo pumjileun eoddaeyo]

● Turuan ninyó akó kung paano gamitin itó.
[뚜루-안 닌요 아꼬 꿍 빠아-노 가미-띤 이또]
이거 어떻게 사용하는지 가르쳐 주세요.
[igeo eoddeoke sayonghaneunji gareuchyeo juseyo]

● Nabenta na po lahát.
[나베-ㄴ따 나 뽀‘ 라핟]
다 팔렸습니다/매진되었습니다.
[da palryeosseumnida/maejindoeeosseumnida]

◈ Asawang lalaki(L): 남편   ◈ Asawang babae(B): 아내

● L: 우리 오늘 쇼핑하러 가요(갑시다).
　　[uri oneul shyopinghareo gayo(gabsida)]
　　Mag-shopping tayo ngayón.
　　[막샤핑 따-요 ㅇ아욘]
　* Ang pawatas ng '가요('갑시다)' ay '가다(pumunta, umalis)'.
　* Ang kahulugan ng '~(pandiwa)러 가다.' ay 'Pumunta para ~(pandiwa)'.
　* Ang salitang-katapusan '~요.' at '~ㅂ시다' ay ginagamit pag nanghihikayat sa sariling grupo. Ang '~ㅂ시다.' ay mas magalang at pormal kaysa sa '~요.' nang konti.
　* Halimbawa(pawatas)
　　• 산책하러(산책하다) 갑시다.: Pumunta tayo para mamasyal.
　　　　　　　　　　　　　　(Mamasyal tayo.)
　　• 낚시하러(낚시하다) 가요.: Pumunta tayo para mangisda.
　　　　　　　　　　　　　　(Mangisda tayo.)
　　• 밥 먹으러(먹다) 갑시다.: Pumunta tayo para kumain.
　　• 쉬러(쉬다) 가요.: Punta tayo para magpahinga.
　　• 놀러(놀다) 가요.: Punta tayo para maglaro.

● B: 지금 바로 가요?
　　[jigeum baro gayo]
　　Áalís ba ngayón din?
　　[아-알리스 바 ㅇ아욘 딘]

● L: 응, 갈 준비해요.
   [eung gal junbihaeyo]

   Oo, humandâ ka sa pag-alís.
   [오-오 후만다' 까 사 빡알리스]

● B: 잠깐 기다려 주세요.
   [jamkkan gidaryeo juseyo]

   Hintáy ka sandalî lang.
   [힌따이 까 산달리' 랑]

● L: 당신 무슨 옷을 입어요?
   [dangsin museun oseul ibeoyo]

   Anó ang iyóng isúsuót?
   [아노 앙 이용 이수-수옫]

● B: 붉은 색 원피스를 입겠어요.
   [bulgeun saeg wonpisreul ibgesseoyo]

   Isúsuót ko ang one-piece na pulá
   [이수-수옫 꼬 앙 원피스 나 뿔라]

● B: 나는 이 옷이 좋아요.
   [naneun i osi joayo]

   Gustó ko ang damít na itó.
   [구스또 꼬 앙 다밑 나 이또].

● L: 필요한 거 있으면 말해요.
   [pilyohan geo isseumyeon malhaeyo]

   Sabihin mo kung anó ang kallangan mo.
   [사비-힌 모 꿍 아노 앙 까이라-ㅇ안 모]

● B: 조금만 사겠어요.
　　[jogeumman sagesseoyo]

　　Bíbilí akó nang kontî lang.
　　[비-빌리 아꼬 낭 꼰띠' 랑]

● L: 난 당신에게 많이 사주고 싶어요.
　　[nan dangsinege mani sajugo sipeoyo]

　　Gustó kitáng ibilí nang marami.
　　[구스또 끼땅 이빌리 낭 마라-미]
　　* Ang '난' ay pangkaraniwang salita ng '나는'.

● B: 당신 사랑에 행복해요.
　　[dangsin sarange haengboghaeyo]

　　Natútuwâ akó sa pag-ibig mo.
　　[나뚜-뚜와' 아꼬 사 빡이-빅 모]

● L: 당신 행복이 내 행복이에요.
　　[dangsin haengbogi nae haengbogieyo]

　　Ang kaligayahan mo ay kaligayahan ko.
　　[앙 깔리가야-한 모 아이 깔리가야-한 꼬]

● L: 우리 모두 행복해야지요.
　　[uri modu haengboghaeyajiyo]

　　Dapat magsayá tayong lahát.
　　[다-빹 막사야 따용 라핱]

● B : 화장 어때요?
   [hwajang eoddaeyo]
   Anó sa palagáy mo ang meykap ko?
   [아노 사 빨라가이 모 앙 메이깝 꼬]

● L : 화장 안 해도 항상 예뻐요.
   [hwajang an haedo hangsang yebbeoyo]
   Palaging magandá kahit waláng meykap.
   [빨라-깅 마간다 까-힡 왈랑 메이깝]

● L : 나에게 당신이 제일 예뻐요.
   [Naege dangsini jeil yebbeoyo]
   Pinakamagandá ka sa akin.
   [삐나까간다 까 사 아-낀]

● B : 고마와요. 빨리 가요.
   [gomawayo bbalrigayo]
   Salamat. Magmadalî tayo.
   [살라-맡 막마달리' 따요]

● L : 늦겠어요. 택시 타요..
   [neutgesseoyo taeksi tayo]
   Mahúhulí na tayo kayâ sumakáy na sa taksi.
   [마후-훌리 나 따-요 까야' 수마까이 나 사 따-ㄱ시]

● L : 무슨 색 옷을 원해요?
   [museun saeg oseul wonhaeyo]
   Anóng kulay ng barò ang gustó mo?
   [아농 꾸-ㄹ라이 낭 바-로' 앙 구스또 모]

● B : 분홍색이에요. 그런데 왜요?
　　[bunhongsaegieyo geureonde waeyo]
　　Rosas. Bakit?
　　[로-사스 바낕]

● L : 당신이 좋아하는 색을 알고 싶어요.
　　[dangsini joahaneun saegeul algo sipeoyo]
　　Gustó kong malaman kung anóng kulay ang gustó mo.
　　[구스또 꽁 말라-만 꿍 아농 꾸-ㄹ라이 구스또 모]

● L : 이 옷이 당신에게 어때요?
　　[i osi dangsinege eoddaeyo]
　　Kumustá ang damít na itó sa iyó?
　　[꾸무-스따 앙 다밑 나 이또 사 이요]

● B : 별로예요.
　　[byeolroyeyo]
　　Hindî ko gustó.
　　[힌디' 꼬 구스또]

● B : 그건 유행이 지난 옷이에요.
　　[geugeon yuhaengi jinan osieyo]
　　Lumá na ang damít na iyán.
　　[루-마' 나 앙 다밑 나 이얀]

● L : 그거 마음에 안 들면 다른 거 골라 봐요.
　　[geugeo maeume andeulmyeon dareun geo golra bwayo]
　　Kung hindî mo gustó iyán, pumilì ka ng ibá.
　　[꿍 힌디' 모 구스또 이얀 뿌미-ㄹ리 까 낭 이바]

● B : 입을 만한 옷이 없어요.
　　[ibeul manhan osi eobseoyo]
　　Walâ akóng máisuót.
　　[왈라' 아꽁 마-이수옽]

● B : 이 옷 마음에 들어요.
　　[i ot maeume deureoyo]
　　Gustó ko ang damít na itó.
　　[구스또 꼬 앙 다밑 나 이또]

● L : 괜찮네요. 한번 입어 봐요.
　　[gwaenchanneyo hanbeon ibeo bwayo]
　　Mabuti. Subukan mong isuót.
　　[마부-띠 수부-깐 몽 이수옽]

● B : 어때요? 날씬해 보여요?
　　[eoddaaeyo nalssinhae boyeoyo]
　　　Anó sa palagáy mo? Mukhâ ba akóng payát?
　　　[아노 사 빨라가이 모 묵하' 바 아꽁 빠얕]
　　* Ang pawatas ng '보여요' ay '보이다' nasa tinig na pabalintiyak ng '보다(tumingin).

* Ang maraming pandiwang palipat na may dalawang pantig na tinig na tahasan ay pinapalitan sa pandiwang pabalintiyak sa pamamagitan ng pagpapasok ng isa sa '이, 히, 리, 기' sa gitna ng salitang-ugat at salitang-katapusan.
* Halimbawa
  - 먹다(kumain)→먹히다(kainin)
  - 베다(humiwa)→베이다(hiwain)
  - 감다(mag-ikid)→감기다(iikid)
  - 열다(magbukas)→열리다(buksan)
  - 닫다(magsara)→닫히다(isara)
  - 쓰다(sumulat, gumamit)→쓰이다(sulatin, gamitin)

● L : 이 옷 사요. 당신한테 잘 어울려요.
    [i ot sayo dangsinhante jal eoulryeoyo]

    Bumili ka ng damít na ito. Bagay sa iyó.
    [부밀리 까 낭 다밑 나 이또. 바-가이 사 이요]

● B : 마음에 들어요. 고마와요.
    [maeume deureoyo gomawayo]

    Nagúgustuhán ko. Salamat.
    [나구-구스뚜한 꼬 살라-맡]

● L : 마음에 들어서 나도 기분 좋아요.
    [maeume deureseo nado gibun joayo]

    Dahil nagusthán mo, natútuwâ akó rin.
    [다-힐 나구스뚜한 모 나-뚜-뚜와' 아꼬 린]

* Ang '도' ng '나도' ay nangangahulugang Din.
  너도: Ikaw din, 그도: Siya rin, 우리도: Tayo rin, 너희도: Kayo rin 그들도: Sila rin
* Ang '~서' ng '들어서' ay salitang-katapusang pandahilan para sa pandiwa at pang-uri.
* Halimbawa(pawatas)
  - 많이 먹어서(먹다) 배불러요.: Busog na dahil kumain nang marami.
  - 네가 여기 없어서(없다) 쓸쓸해.: Malungkot ako dahil wala ka rito.
  - 그는 열심히 공부해서(공부하다) 성공했다.
    Nagtagumpay siya dahil nag-aral nang masipag.
  - 너무 멀어서(멀다) 택시를 탔다.
    Nag-taksi dahil masyadong malayo.

Seksyon 11 : Pagkain

제 11 과   식사

◈ Asawang lalaki(L): 남편 ◈ Asawang babae(B): 아내

★ 집에서 식사하기: Pagkain sa Táhánan

● L: 배고파요. 식사해요..
   [baegopayo siksahaeyo]
   Gutóm na. Kumain tayo.
   [구똠 나 꾸마-인 따요]

● B: 배 많이 고파요?
   [bae mani gopayo]
   Gutóm ka na ba nang sobra?
   [구똠 까 나 바 낭 소-브라]

● L: 오늘 음식(은) 뭐예요?
   [oneul eumsig(eun) mwoyeyo]
   Anó ang pagkain ngayón?
   [아노 앙 빡까-인 ㅇ아욘]
   * Sa estilo ng kolokyal ay nilalaktawan ang PP-pansimuno(~이, ~가, ~은, ~는) sa karaniwan.

* Halimbawa
  - 저(는) 바쁩니다.: Abala po ako.
  - 그 사람(은) 여기 없어요.: Wala po siya rito.
  - 어제(는) 비가 왔어요.: Umulan po kahapon.

● B: 당신(이) 좋아하는 음식(을) 만들었어요.
   [dangsin(i) joahaneun eumsig(eul) mandeureosseoyo]

   Naglutò akó ng pabrito mong pagkain.
   [낙루-또˙ 아꼬 낭 빠브리-또 몽 빡까-인]
   * Ang layong PP(~을, ~를) ay nilalaktawan din sa estilo ng kolokyal.

● L: 고마워요. 와! 정말 맛있어요.
   [gomawayo. waa jeongmal masisseoyo]

   Salamat. Nakú! Talagáng masaráp.
   [살라-맡.나꾸 딸라강 마사랖]

● B: 많이 드세요
   [Mani deuseyo]

   Kumain ka nang marami.
   [꾸마-인 까 낭 마라-미]

● L: 당신도 많이 드세요.
   [dangsindo mani deuseyo]

   [Kumain ka rin nang marami]
   꾸-마인 까 린 낭 마라-미.

● L : 맛있게 요리했어요.
　　[masitke yorihaesseoyo]

　　Naglutò ka nang masaráp.
　　[낙루-또' 까 낭 마사랖]

● B : 정말이에요?(진짜예요?)
　　[jeongmarieyo(jinjjayeyo)]

　　Totoó ba?
　　[또또오 바]

● L : 예, 정말이에요.(예, 진짜예요.)
　　[ye, jeongmarieyo(ye jinjjayeyo)]

　　Oo, talagáng totoó.
　　[오-오 딸라강 또또오]

● B : 조금 더 드세요.
　　[jogeum deo deuseyo]

　　Kumuha ka pa nang kontî.
　　[꾸무-하 까 빠 낭 꼰띠'].

● L : 고맙지만 배불러요.
　　[gomabjiman baebulreoyo]

　　Salamat pero busóg na akó.
　　[살라-맡 뻬-로 부속 나 아꼬]

● L : 당신 요리솜씨가 대단해요.
　　[dangsin yorisomssiga daedanhaeyo]

　　Mahusay kang maglutò.
　　[마후-사이 깡 막루-또']

● B: 무슨 음식을 좋아하세요?
   [museun eumsigeul joahaseyo]
   Anóng pagkain ang gustó mo?
   [아농 빡까-인 앙 구스또 모]

● L: 불고기를 좋아해요.
   [bulgogireul joahaeyo]
   Gustó ko ang Bulgogi.
   [구스또 꼬 앙 불고기]

● B: 그거 내일 요리하겠어요.
   [geugeo naeil yorihagesseoyo]
   Maglúlutò akó niyán bukas.
   [막루-루또' 아꼬 니얀 부-까스]

● L: 내일 시장에 가요.
   [naeil sijange gayo]
   Pumuntá tayo sa palengke bukas.
   [뿌-문따 따-요 사 빨레-ㅇ께 부-까스]

● B: 좋아요.
   [joayo]
   Mabuti.
   [마부-띠]

● B: 식기 전에 드세요.
   [siggi jeone deuseyo]
   Bago lumamíg, kumain ka na.
   [바-고 루마믹 꾸마-인 까 나]

* Ang '드시다' na pawatas ng '드세요.' ay salitang panggalang ng '먹다(kumain)'.

● L: 필요한 거 있으면 말해요.
   [pilyohan geo isseumyeon malhaeyo]

   Sabihin mo kung merón kinakailangan.
   [사비-힌 모 꿍 메론 끼나-까일라-ㅇ안]
* Ang '~면' ng '있으면' ay salitang-katapusan para sa panaganong pasakaling nangangahulugang Kung, Pag o Kapag.
* Halimbawa(salitang pawatas, saligan o panaguri)
   • 내가 학생이라면(학생이다) 공부만 하겠다.
     Kung ako'y estudyante, mag-aaral lang ako.
   • 강도를 만나면(만나다) 달려서 도망해라.
     Pag makita ang manloloob, tumakas ka nang tumakbo.
   • 일을 하면(하다) 돈을 벌 것이다.
     Kung magtrabaho, kikita ka ng pera.
   • 친절하면(친절하다), 친구가 많다.
     Kung mabait, maraming kaibigan.
   • 내가 너라면(너다),: Kung ako'y ikaw,
   • 비가 오면(오다),: Pag umulan,

● B: 오늘 설거지 좀 해 주세요.
   [oneul seolgeoji jom hae juseyo]

   Pakihugas mo ang kinainan ngayón.
   [빠끼후-가스 모 앙 끼나이-난 ㅇ아욘]

● L : 우리 같이 하자.
　　[uri gachi haja]

　　Magkasama nating gawín.
　　[막까사-마 나-띵 가윈]

● B : 당신 많이 말라서 잘 먹어야 해요.
　　[dangsin mani malraseo jal meogeoya haeoyo]

　　Pumayát ka nang sobra, kayâ dapat kang kumain nang mabuti.
　　[뿌마얕 까 낭 소-브라 까야' 다-빹 깡 꾸마-인 낭 마부-티]

● L : 오케이, 노력하겠어요.
　　[okei noryeokhagesseoyo]

　　O. K, pípilítin ko.
　　[오케이 삐-삘리-띤 꼬]

● B : 맛있게 드셨어요?
　　[masitge deusyeosseoyo]

　　Kumain ka ba nang masaráp?
　　[꾸마-인 까 바 낭 마사랖]

● L : 고마워요. 맛있게 먹었어요.
　　[gomawayo masitge meogeosseoyo]

　　Salamat. Kumain akó nang masaráp.
　　[살라-맡 꾸마-인 아꼬 낭 마시랖]

● B : 맛있는 거 많이 만들어 줄게요.

   [masitneun geo mani mandeureo julkeyo]

   Lúlutúan kitá ng maraming masaráp na pagkain.
   [루-루뚜-안 끼따 낭 마라-밍 마사랖 나 빡까-인]

* Ang '~ㄹ게요.' na may parehong kahulugan ng '~겠어요.' ay may kalooban ng nagsasalita sa hinaharap.
* Halimbawa
  - 주문할게요.→주문하겠어요.: Mag-ooder ako.
  - 갈게요.→가겠어요.: Aalis ako.
  - 먹을게요.→먹겠어요.: Kakain ako.

★ 외식: Pagkain sa Labás

● L : 오늘 외식하러 가요.
　　[oneul oisighareo gayo]
　　Kumain tayo sa labás ngayón.
　　[꾸마-인 따-요 사 라바스 ㅇ아욘]

● B : 네, 좋아요.
　　[ne joayo]
　　Oo, gustó ko.
　　[오-오 구스또 꼬]

● L : 무엇을(뭐) 먹고 싶어요?
　　[mueoseul(mwo) meoggo sipeoyo]
　　Anó ang gustó mong kumain?
　　[아노 앙 구스또 몽 꾸마-인]
　* Ang '뭐(ano)' ay ginagamit mas madalas sa pangungusap na pangkaraniwan.

● L : 먹고 싶은 거 무엇이(뭐)든지 얘기해요.
　　[meoggo sipeun geo mueosi(mwo)deunji yaegihaeyo]
　　Sabihin mo kung anumán ang gustóng kainin.
　　[사비-힌 모 꿍 아누만 앙 구스똥 까이-닌]
　* Ang (salitang pananong)~(이)든지 ay nangangahulugang Kung saanmanl/sinuman/saanman……
　　・ 언제든지 오세요.: Pumarito kayo kung kailanman.
　　・ 누구든지 오세요.: Pumarito po kung sinuman.
　　・ 어디든지 가거라.: Umalis ka kung saanman.

● B : 아무 거나 좋아요.

　　[amu geona joayo]

　　Kahit anó ay gustó ko.
　　[까-힡 아노 아이 구스또 꼬]

　* Ibang halimbawa ng '아무 거나(Kahit anong bagay)'
　　· 아무 사람이나 ~: Kahit sino ~
　　· 아무 집이나 ~: Kahit anong bahay ~
　　· 아무 차나 ~: Kahit anong kotse ~
　　· 아무 바지나 ~: Kahit anong pantalon ~

● L : 삼계탕을 주문할게요.

　　[samgyetangeul jumunhalkeyo]

　　Mag-óórder akó ng Samgyetang.
　　[막오-오-더 아꼬 낭 삼계탕]

● B : 그거 매워요?

　　[geugeo maewoyo]

　　Maangháng ba iyán?
　　[마앙항 바 이얀]

● L : 안 매워요.

　　[an maewoyo]

　　Hindî maangháng.
　　[힌디' 마앙항]

　* Ang '안' nasa harap ng salitang pang-uri ay salitang pasalansang sa susunod na salitang pang-uri.

* Halimbawa
  - 빨라요(빠르다/mabilis).→안 빨라요.(Hindi mabilis.)
  - 맛있어요.(맛있다/masarap)→안 맛있어요.(Hindi masarap.)
  - 예뻐요.(예쁘다/maganda)→안 예뻐요.(Hindi maganda.)
  - 느려요.(느리다/mabagal)→안 느려요.(Hindi mabagal)

● B : 그러면 먹을 수 있어요.
   [geureomyeon meogeul su isseoyo]

   Kung ganyón, puwede akong kumain.
   [꿍 간욘 뿌웨-데 아꽁 꾸마-인]

● L : 당신 많이 말랐어요.
   [dangsin mani malasseoyo]

   Pumayát ka nang sobra.
   [뿌마얕 까 낭 소-브라]

● L : 많이 먹고 살 좀 찌세요.
   [mani meoggo sal jom jjiseyo]

   Kumain ka nang marami para tumabâ.
   [꾸마-인 까 낭 마라-미 빠-라 뚜마바']

● B : 살찌려고 많이 먹고 있어요.
   [saljjilryeogo mani meoggo isseoyo]

   Kumakain akó nang marami upang tumabâ.
   [구마까-인 아꼬 낭 마라-미 우-빵 뚜마바'].

● L : 소주 같이 마실래요?
　　　[soju gachi masilraeyo]

　　　Gustó mo bang uminom ng Soju nang sabáy-sabáy?
　　　[구스또 모 방 움이놈 낭 소주 낭 사바이-사바이]]

● B : 술을 못 마셔요.
　　　[sureul mot masyeoyo]

　　　Hindî ko mainóm ang alak.
　　　[힌디' 꼬 마이놈 앙 아-ㄹ락]

● L : 나 혼자 마시겠어요.
　　　[na honja masigesseoyo]

　　　Mag-íisá akóng uminóm.
　　　[막이-이사 아꽁 우-미놈]

● B : 조금만 마셔요.
　　　[jogeumman masyeoyo]

　　　Uminóm ka nang kontî lang.
　　　[움이놈 까 낭 꼰띠 랑]

★ 식당에서 : Sa Restaurán

◈ Panauhin(P): 손님   ◈ Serbidór(S): 종업원

● P: 창문 옆 테이블로 부탁해요.
   [changmun yeop teibeulro butakaeyo]

   Gustó ko po isáng mesang malapit sa bintaná.
   [구스또 꼬 뽀' 이상 메-상 말라-삗 사 빈따나]

● S: 무엇을 주문하시겠어요?
   [mueoseul jumunhasigesseoyo]

   Anó pô ang order ninyó?
   [아노 뽀' 앙 오-더 닌요]

● P: 여기 특별히 추천하는 음식이 뭐예요?
   [yeogi teukbyeolhi chucheonhaneun eumsigi mwoyeyo]

   Anó po ang espesyál na putahe dito?
   [아노 뽀' 앙 에스뻬샬 나 뿌따-헤 디-또]

● S: 다 맛있습니다.
   [da masisseumnida]

   Ang lahát pô masaráp.
   [앙 라핱 뽀' 마사랖]

● P: 뭐가 가장 빨리 나와요? 좀 바빠서요.
   [mwoga gajang bbalri nawayo jom babbaseoyo]

   Anó namán ang pinakamabilís? Medyo nagmámadalî kasí akó, e.
   [아노 나만 앙 삐-나까마빌리스 메-죠 낙마-마달리' 까시' 아꼬 에]

● S : 삼계탕과 불고기가 가장 빠릅니다.
　　[samgyetanggwa bulgogiga gajang bbareumnida]

　　Samgyetang at Bulgogi po ang pinakamabilís.
　　[삼계탕 앝 불고기 뽀' 앙 삐-나까마발리스]

● P : 그렇다면 어느 것이 더 맛있어요?
　　[geureotamyeon eoneu geosi deo masisseoyo]

　　Kung ganoón, alín po ang mas masaráp?
　　[꿍 가노온, 알린 뽀' 앙 마스 마사랖]

● S : 손님 결정에 따르겠습니다.
　　[sonnim gyeoljeonge ddareugesseumnida]

　　Nasa inyó pô iyán.
　　[나-사 인요 뽀' 이얀.]

● P : 좋아요. 삼계탕 두 개.
　　[joayo samgyetang du gae]

　　Sige po, dalawáng Samgyetang.
　　[시-게 뽀' 달라왕 삼계탕]

● S : 마실 것은 무엇을 드릴까요?
　　[masil geoseun mueoseul deurilkkayó]

　　Anóng ínúmin ang gustó ninyó?
　　[아농 이-누-만 앙 구스또 닌요]

● P : 소주 두 병 주세요.
　　[soju du byeong juseyo]

　　Bigyán ninyó kamí ng dalawáng bote ng Soju.
　　[빅얀 닌요 까미 낭 달라왕 보-떼 낭 소주]

- S : 삼계탕 나왔습니다.
    [samgyetang nawasseumnida]
    Heto po ang mgá Samgyetang ninyó.
    [헤-또 뽀' 앙 망아 삼계탕 닌요]

- S : 맛있게 드세요.
    [masitke deuseyo]
    Masiyahán kayó sa pagkain]
    [마시야한 까요 사 빡까인]

- P : 계산서 주세요.
    [gyesanseo juseyo]
    Ákina po ang kuwenta.
    [아-끼나 뽀' 앙 꾸웨-ㄴ따]

- S : 맛있게 드셨어요?
    [masitke deusyeosseoyo]
    Nasarapán ba kayó sa pagkain?
    [나사라빤 바 까요 사 빡까인]

- S : 예, 맛있게 먹었습니다?
    [ye masitke meogeosseumnida]
    Opò, nasarapán tayo sa pagkain?
    [오-뽀' 나사라빤 따-요 사 빡까인]

Seksyon 12 : Katawán, Pagkakasakít, Panlunas at Pagbubuntis

제12과 몸, 병, 치료, 임신

I. 신체 : Katawán

● 키가 얼마예요?
[kiga eolmayeyo]
Anó ang taás ninyó?
[아노 앙 따아스 닌요]

● 백 육십 센티예요.
[baeg yugsib sentiyeyo]
Saándaa't animnapúng sentimetro pô akó.
[산다알 아님나뿡 센띠메-뜨로 뽀' 아꼬]

● 몸무게는 얼마예요?
[mommugyeneun eolmayeyo]
Anó ang timbáng ninyó?
[아노 앙 띰방 닌요]

- 사십 킬로예요.
  [sasib kilroyeyo]

  Apatnapúng kilo pô akó.
  [아빹나뿡 낄로 뽀ˋ 아꼬]

- 너무 말랐어요.
  [neomu malrasseoyo]

  Masyadong payát kayó.
  [마샤-동 빠얕 까요]

- 비만이군요.
  [bimanigunyo]

  Matabâ kayó nang sobra.
  [마따바ˋ 까요 낭 소-브라]

- 혈액형이 뭐예요?
  [hyeoraekhyeongi mwoyeyo]

  Anó ang tipo ng dugô ninyó?
  [아노 앙 띠-뽀 낭 두고ˋ 닌요]

- 많이 먹어서 살이 쪘어요.
  [mani meogeoseo sari jjyeosseoyo]

  Nagíng matabâ akó kasí kumain nang marami.
  [나깅 마따바ˋ 아꼬 까시 꾸마-인 낭 마라-미]

- 적게 먹어서 살이 빠졌어요.
  [jeogke meogeoseo sari bbajyeosseoyo]

  Naging payát akó kasí kumain nang kontî.
  [나깅 빠얕 아꼬 까시 꾸마-인 낭 꼰띠']

II. 아플 때. : Kapag Magkasakit.

- 피곤해 보여요.
  [pigonhae boyeoyo]

  Mukhâ kayóng pagód.
  [묵하' 까용 빠곧]

- 몸이 많이 아파요.
  [momi mani apayo]

  Masamáng-masamâ pô ang katawán ko.
  [마사망마사마' 뽀' 앙 까따완 꼬]

- 감기에 걸렸어요.
  [gamgie geolryeosseoyo]

  Nagkasipón pô akó.
  [낙까시뽄 뽀' 아꼬]

- 감기 때문에 약을 먹었어요.
  [gamgi ddaemune yageul meogeosseoyo]

  Uminóm pô akó ng gamót dahil sa sipón.
  [움이놈 뽀' 아꼬 낭 가몯 다-힐 사 시뽄]

* Ang '~(pangngalan) 때문에' ay nangangahulugang Dahil ~ o Dahil sa ~.
* Halimbawa
  - 병 때문에 못가.: Hindi puwede akong pumunta dahil sa sakit.
  - 일 때문에 바빠.: Abala ako dahil sa trabaho.
  - 숙제 때문에 시간이 없어요.: Dahil sa araling-bahay po, wala akong oras.
  - 건강 때문에 매우 조심하고 있어요.: Dahil sa kalusugan po, nag-iingat ako nang sobra.

● 기분이 찌부듯해요.
[gibuni jjibudeuthaeyo]

Masamâ pô ang pakiramdám ko.
[마사마' 뽀' 앙 빠끼람담 꼬]

● 토할 것 같애.
[tohal geot gatae]

Para akóng magsúsuká.
[빠-라 아꽁 막수-수까]

* Ang saligang salita ng '같애' ay '같다' na nangangahulugang Pareho.
  Pero nasa pangungusap na '~(pandiwa o pang-uri)ㄹ 것 같다.' ay nangangahulugang Parang ~ o Mukhang ~.
* Halimbawa(pawatas)
  - 늦을(늦다) 것 같다.: Parang mahuhuli.
  - 아플(아프다) 것 같다.: Parang masakit.
  - 상할(상하다) 것 같다.: Mukhang mapapanis.
  - 할 수 있을(할 수 있다) 것 같다.: Mukhang maaaring gawin.
  - 쉬울(쉽다) 것 같다.: Parang madali.

- 병원에 가 보세요.
  [byeongwone ga boseyo]

  Puntá kayo sa Ospitál.
  [뿐따 까요 사 오스삐딸]

  * Ang '~에' ay PP-pansalitng-abay na panggawing nangangahulugang 'Sa' pag ang nauunang pangngalan ay lugar. Bukod dito ay may iba't ibang kahulugan sa PP na '~에'.

- 배가 아파서 일을 못하겠어요.
  [baega apaseo ireul mothagesseoyo]

  Hindî pô akó makatrabaho kasí masakít ang tiyán ko.
  [힌디' 뽀' 아꼬 마까뜨라바-호 까시 마사낕 앙 띠얀 꼬]

- 병원에 가서 진찰 받으세요.
  [byeongwone gaseo jinchal badeuseyo]

  Magpatingín kayó sa ospitál.
  [막빠띵인 까요 사 오스삐딸]

- 저는 병원에서 진찰 받았어요.
  [jeoneun byeongeseo jinchal badasseoyo]

  Nagpatingín pô akó sa ospitál.
  [낙빠띵인 뽀' 아꼬 사 오스삐딸]

- 머리가 아파요.
  [meoriga apayo]

  Masakít pô ang ulo ko.
  [마사낕 뽀' 앙 우-ㄹ로 꼬]

- 두통약을 사 드세요.
  [dutongyageul sa deuseyo]

  Bumilí kayó ng gamót sa sakít ng ulo at uminóm.
  [부밀리 까요 낭 가몯 사 사낃 낭 우-ㄹ로 앋 움이놈]

- 약을 먹기 때문에 곧 나을 거 같아요.
  [yageul meoggi ddaemune got naeul geo gatayo]

  Mukháng gágalíng pô agád dahil umíinóm akó ng gamót.
  [묵항 가-갈링 뽀' 아갇 다-힐 움이-이놈 아꼬 낭 가몯]
  * Ang nauunang salita sa '~ 때문에' ay dapat pangngalan, kaya kailangang palitan ang salitang pandiwa at pang-uri rin sa pangngalan
  * Halimbawa(pawatas)
    · 예쁘기(예쁘다) 때문에 좋아해요.: Dahil maganda, gusto ko.
    · 일하기(일하다) 때문에 바빠요.: Dahil nagtatrabaho, abala ako.

- 목이 아파요.
  [mogi apayo]

  Masakít pô ang lalamunan ko.
  [마사낃 뽀' 앙 랄라무-난 꼬]

- 술 마시지 마세요.
  [sul masiji maseyo]

  Huwág kayóng uminóm ng alak.
  [후왁 까용 우미놈 낭 아-ㄹ락]

● 주사를 놓겠어요.
[jusareul nokesseoyo]

Bíbigyán pô kitá ng ineksyón.
[비-빅얀 뽀ˋ 끼따 낭 이넥숀]

● 며칠 쉬세요.
[myeochil swiseyo]

Magpahingá kayó nang iláng araw.
[막빠힝아 까요 낭 일랑 아-라우]

● 관심 가져 주셔서 감사합니다.
[gwansim gajyeo jusyeoseo gamsahamnida]

Salamat pô sa inyóng interés.
[살라-맡 뽀ˋ 사 인용 인떼레스]

◆ Asawang lalaki(L): 남편   ◆ Asawang babae(B): 아내

● L: 아이구, 아야!
   [aigu aya]
   Aráy! Aráy!
   [아라이 아라이]

● B : 무슨 일이예요? 얼굴이 창백해요.
   [museun iriyeyo eolguri changbaeghaeyo]
   Anóng nangyáyári sa iyo? Maputlâ ka.
   [아농 낭야-야-리 사 이요 마뿌뜰라' 까]

● L: 배가 아파서 그래요.
   [baega apaseo geuraeyo]
   Masakít kasí ang tiyán ko.
   [마사낄 까시 앙 띠얀 꼬]

* Ang '~서' ng '아파서' ay salitang-katapusang pandahilan(dahil, kasi) para sa salitang may deklinasyon.
  • 늦어서(늦다) 미안해요.: Dahil nahuli, pasensya na kayo.
  • 많이 먹어서(먹다) 배불러요.
    Dahil kumain ng marami, busog na ako.
  • 열심히 공부해서(공부하다) 합격했어요.
    Dahil nag-aral nang mabuti, nagtagumpay na ako.
  • 돈이 없어서(없다) 힘들어요.
    Dahil walang pera, mahirap ako.

● B : 언제부터 그랬어요?
　　[eonjebuteo geuraesseoyo]
　　Kailán pa?
　　[까일란 빠]

● L : 어제 밤부터요.
　　[eoje bambuteoyo]
　　Kagabí pa.
　　[까가비 빠]

● B : 토할 것 같지 않아요?
　　[tohal geot gachi anayo]
　　Hindî ka ba nasúsuka?
　　[힌디' 까 바 나수-수까]

● L : 이미 세 번 토했어요.
　　[imi se beon tohaesseoyo]
　　Tatlóng beses na akóng sumuka.
　　[따뜰롱 베-세스 나 아꽁 수무-까]

● B : 물 때문인지 모르겠어요. 병원에 가요..
　　[mul ddaemuninji moreugesseoyo. byeongwone gayo]
　　Bakâ dahil sa tubig. Puntá na tayó sa ospitál.
　　[바까' 다-힐 사 뚜-빅. 뿐따 나 따요 사 오스삐딸]
　* Ang pawatas ng '모르겠어요.' ay '모르다(di alam o di kilala).
　* Ang '(pangngalan o panghalip na pananong)~인지 모르겠어요.' ay 'di alam(kilala) kung ~'.

* Halimbawa
  - 그 사람이 누구인지 모르겠어요.: Di ko po kilala kung sino siya.
  - 그 물건이 무엇인지 모르겠어요.
    Di ko po alam kung ano ang bagay na iyan.
  - 저 건물이 교회인지 모르겠어요.
    Di ko po alam kung simbahan ang gusaling iyon.
  - 그 이유가 무엇인지 모르겠어요.
    Di ko po alam kung ano ang dahilan.
  - 그 분이 선생님인지 모르겠어요.
    Di ko po alam kung titser siya.→Baka titser siya.

III. 약국에서. : Sa Botika.

● 약국에 가는 길이예요.
  [yagkuge ganeun giriyeyo]
  Akó pô ay papuntá sa botika.
  [아꼬 뽀' 아이 빠뿐따 사 보띠-까]

● 어디가 아프세요?
  [eodiga apeuseyo]
  Saán pô ba ang masakít?
  [사안 뽀' 바 앙 마사낃]

● 감기에 걸려서 약을 사려고 해요.
  [gamgie geolryeoseo yageul salryeogoyo]
  Akó'y nagkasipón pô kayâ bíbilí ng gamót.
  [아꼬이 낙까시뽄 뽀' 까야' 비-빌리 낭 가몯]

* Ang '~려고 하다' galing sa '살려고 해요.' ay nangangahulugang Kalooban na gagawin.
* Halimbawa(pawatas)
  · 자려고(자다) 하다.: Matutulog na.
  · 산책하려고(산책하다) 하다.: Maglalakad na.
  · 버리려고(버리다) 하다.: Itatapon na.

● 증상은 어때요?
[jeungsangeun eoddaeyo]
Anó ang sintomas ninyó?
[아노 앙 신또-마스 닌요]

● 열이 나고 머리도 아파요.
[yeori nago meorido apayo]
Nilálagnát at masakít pô ang ulo ko.
[닐라-ㄹ락낱 앝 마사낄 뽀‘ 앙 우-ㄹ로 꼬]

● 이 약을 드세요.
[i yageul deuseyo]
Inumín ninyó ang gamót na itó.
[이누민 닌요 앙 가몯 나 이또]

● 이 약은 어떻게 먹어요?
[i yageun eoddeoke meogeoyo]
Paano pô inumín ang gamót na itó?
[빠아-노 뽀‘ 이누민 앙 가몯 나 이또]

● 하루에 세 번 드세요.
　　[harue se beon deuseyo]
　　Uminóm kayó ng tatlóng beses sa isáng araw.
　　[움이놈 까요 낭 따뜰롱 베-세스 사 이상 아-라우]

IV. 병원에서. - Sa Ospitál.

◈ Doktor(DO): 의사　◈ Pasyente(PA): 환자

● DO : 어디가 아프세요?
　　[eodiga apeuseyo]
　　Anó pô ang masakít?
　　[아노 뽀' 앙 마사낕]

● PA : 어제 밤부터 배가 아파요.
　　[eoje bambuteo baega apayo]
　　Masakít pô ang tiyán ko mulâ kagabí.
　　[마사낕 뽀' 앙 띠얀 꼬 물라' 까가비]

● DO : 어제 저녁식사는 무엇을 먹었습니까?
　　[eoje jeonyeogsigsaneun mueoseul meogeosseumnikka]
　　Anó ang kinain ninyó kahapon ng hapunan?
　　[아노 앙 끼나-인 모 하뿌-난 까가비]

● PA : 닭고기와 국수를 먹었습니다.
　　　[dakgogiwa guksureul meogeosseumnida]

　　　Kumain pô akó ng karnéng manók at pansít.
　　　[꾸마-인 뽀' 아꼬 낭 까르넹 마녹 앝 빤싵]

● DO : 잠깐 앉아 기다리세요.
　　　[jamkkan anja gidariseyo]

　　　Hintáy kayó muna at umupô.
　　　[힌따이 까요 무-나 앝 우무뽀']

● PA : 저의 증상은 무엇입니까?
　　　[jeoeui jeungsangeun mueosimnikka]

　　　Anó pô ang sintomas ko?
　　　[아노 뽀' 앙 신또-마스 꼬]

● DO : 단순한 식중독입니다.
　　　[dansunhan sikjungdogimnida]

　　　Nalason kayó sa pagkain lang.
　　　[나라-손 까요 사 빡까-인 랑]

● PA : 심하지 않습니까?
　　　[simhaji anseumnikka]

　　　Hindî pô ba malalâ?
　　　[힌디' 뽀' 바 말랄라']

● DO : 심하지 않지만 항상 조심해야 합니다.
　　　　[simhaji anchiman hangsang josimhaeya hamnida]

　　　Kahít hindî malalâ, palagì kayó pa mag-ingat.
　　　[까힡 힌디' 말랄라' 팔라-기' 까요 빠 막이-ㅇ앝]

　* Ang '~지만' na salitang-katapusang pangkasaliwaan(pero, kahit) ng salitang may deklinasyon kontra sa nauunang pangungusap.
　* Halimbawa(pawatas)
　　· 크지만(크다) 가볍다. Malaki pero magaan.
　　· 가난하지만(가난하다) 행복하다.: Mahirap pero masaya
　　· 몸은 떠나지만(떠나다) 마음은 여기에 있다.
　　Kahit aalis ang katawan, narito ang isip.

● PA : 이 병은 어떻게 치료를 합니까?
　　　　[i byeongeun eoddeoke chiryoreul hamnikka]

　　　Paano pô gágamutín ang sakít na itó?
　　　[빠아노 뽀' 가-가무띤 앙 사낕 나 이또]

● DO : 이것은 특별히 치료를 안 받아도 됩니다.
　　　　[igeoseun teukbyeori chiryoreul an badado doimnida]

　　　Hindî pô itó kailangang malunasan nang espesyál.
　　　[힌디' 뽀' 이또 까일라-ㅇ안 말루나-산 낭 에스뻬샬]

● PA : 다행이네요.
　　　　[dahaengineyo

　　　Maigi pô namán.
　　　[마이-기 뽀' 나만]

● DO : 이 약을 드시고 지켜보세요.
　　　[i yageul deusigo jikyeoboseyo]
　　　Uminóm kayó ng gamót na itó at pakiramdamán ninyó lang.
　　　[움이놈 까요 낭 가못 나 이또 빠끼람다만 닌요 랑]

● DO : 낫지 않으면 다시 오세요.
　　　[natji aneumyeon dasi oseyo]
　　　Kung hindî pa gumalíng, bumalík kayó ulî.
　　　[꿍 힌디' 빠 구말링, 부말릭 까요 울리']

V. 임신 : Pagbubuntís
V-1. 임신 증세 : Sintomas ng Pagbubuntís

◆ **Asawang lalaki(L): 남편**　◆ **Asawang babae(B): 아내**

● B : 몸이 좀 안 좋아요.
　　　[momi jom an joayo]
　　　Masamâ nang kauntî ang pakiramdám ko.
　　　[마사마' 낭 까운띠' 앙 빠끼람담 꼬]

● L : 언제부터 그랬어요?
　　　[eonjebuteo geuraesseoyo]
　　　Kailán pa?
　　　[까일란 빠]

● B: 요 며칠 전부터예요.
　　[yo myeochil jeonbuteoyeyo]
　　Iláng araw na.
　　[일랑 아-라우 나]

● L: 당신 생리기간 아니에요?
　　[saengrigigan anieyo]
　　Hindî ba ang panahón ng regla mo?
　　[힌디' 바 앙 빠나혼 낭 레-글라 모]

● B: 생리 예정일이 이미 좀 지났어요.
　　[saengri yejeongiri imi jom jinasseoyo]
　　Medyo lampás na sa ináasáhang araw ng regla.
　　[메-죠 람빠스 나 사 이나-아사-항 아-라우 낭 레-글라]

● L: 임신이 된 것 같아요.
　　[imsini doen geot gatayo]
　　Bakâ buntís ka.
　　[바까' 분띠스 까]
　* Ang '되다(maging)' ay pawatas ng '된' na ginagamit bilang salitang may deklinasyon para sa '것(bagay).
　　Pag ang salitang may deklinasyon ay ginagamit bilang pauunang pangngalan, dapat mayroong 'ㄴ' na katinig na pang-ilalim sa huling titik.
　* Halimbawa(pawatas)
　　・아름다운(아름답다) 여자: magandang babae
　　・공부하는(공부하다) 학생: estudyanteng nag-aaral

- 게으른(게으르다) 농부: tamad na magsasaka
- 붙잡힌(붙잡히다) 도둑: nahuling magnanakaw
- 빠르게 달리는(달리다) 동물 : hayop na tumatakbo nang mabilis
- 빵을 먹는(먹다) 아이: batang kumakain ng tinapay

● B : 나도 그렇게 생각해요.
[nado geureoke saenggaghaeyo]

Sa palagáy ko rin.
[사 빨라가이 꼬 린]

● L : 임신 테스트 해 봤어요?
[imsin test hae bwasseoyo]

Ginawâ mo ba ang pagsusurì ng pagbubuntís?
[기나와' 모 바 앙 빡수수-리' 낭 빡부분띠스]

● B : 아직 안했어요.
[ajik anhaesseoyo]

Hindî pa.
[힌디' 빠]

● L : 지금 즉시 산부인과에 갑시다.
[jigeum jeuksi sanbuingwae gabsida]

Tayo na sa páanakán ngayón din.
[따-요 나 사 빠-아나깐 ㅇ아욘 딘]

V-2. 산부인과에서. : Sa Páanakán

● DO(의사) : 들어오세요. 앉으세요.
   [deureooseyo anjeuseyo]
   Tulóy kayó. Umupô kayó.
   [뚤로이 까요 움우뽀 까요]

● L : 제 아내 임신했는지 검사해 주세요.
   [je anae imsinhaetneunji geomsahae juseyo]
   Pakitingnán pô ninyó kung buntís ang asawa ko.
   [빠끼띵난 뽀' 닌요 꿍 분띠스 앙 아사-와 꼬]

● DO : 임신입니다. 축하합니다.
   [imsinimnida chukahamnida]
   Buntís na. Binabatì kayó.
   [분띠스 나 비나바-띠' 까요]

● L : 정말이에요? 나도 아버지가 되는군요!
   [jeongmarieyo nado abeojiga doeneungunyo]
   Totoó ba? Magíging amá rin akó!
   [또또오 바? 마기-기깅 아마 린 아꼬]
  * Ang pawatas ng '되는군요' ay '되다(maging)'.
    Ang '~군요.' ay isang salitang-katapusang pandamdam ng nagsasalita.

* Halimbawa(pawatas)
  - 예뻐요(예쁘다: maganda).: 예쁘군요!
  - 빨라요(빠르다: mabilis).: 빠르군요!
  - 나쁜 사람이에요(사람이다).: 나쁜 사람이군요!
  - 맛있게 먹어요(먹다: kumain): 맛있게 먹는군요!

● DO : 임신한지 6주 됐어요.

　　[imsinhanji yukju dwaesseoyo]

　　Anim na linggó nang buntís.
　　[아-님 나 링고 낭 분띠스]
* Ang pawatas ng '임신한지' ay '임신하다(bumuntis)'.
* Ang '~ㄴ지' ng '임신한지' ay salitang-katapusang pang-ugnay ng pandiwa na nangangahulugang Mula noon ~.
* Halimbawa(pawatas)
  - 식사한지(식사하다) 5시간 됐어요.
    Limang oras na mula noong kumain.
  - 그가 떠난지(떠나다) 일주일 됐어요.
    Isang linggo na mula noong umalis siya.
  - 한국에 온지(오다) 3년 됐어요.
    Tatlong taon na mula noong dumating sa Korea.

● B : 정말이에요? 너무 행복해요.

　　[jeongmarieyo neomu haengbokhaeyo]

　　Totoó ba? Masayang-masaya akó.
　　[또또오 바 마사양 마사야 아꼬]
* Ang mga mapapalitang salita para sa '너무' bilang singkahulugan ay 아주, 정말, 진짜, 무척 at iba pa.

● L : 오늘부터 무거운 물건을 들지 마세요.
　　[oneulbuteo mugeoun mulgeoneul deulji maseyo]
　　Huwág kayóng magbuhat ng mabigát na bagay buhat ngayón.
　　[후왁 까용 막부-핱 낭 마비갇 나 바-가이 부-핱 ㅇ아욘]

● B : 의사 선생님이 뭐라고 말했어요?
　　[euisa seonsaengnimi mworago malhaesseoyo]
　　Anó ang sinabi ng manggagamót?
　　[아노 앙 시나-비 낭 망가가몯]
　* Ang '말했어요?' ay nakaraang salitang pannanong ng '말하다(sabihin, magsalita)'. At ang '~라고 말하다' ay nangangahulugang Daw.

● L : 함부로 약을 먹지 말라고 말했어요.
　　[hamburo yageul meogji malrago malhaesseoyo]
　　Ang sinabi niyá ay huwág uminóm ng gamót na waláng permiso.
　　[앙 시나-비 니야 아이 후왁 움이놈 낭 가몯 나 왈랑 뻬르미-소]

● L : 그리고 잘 먹어야 한다고 말했어요.
　　[geurigo jal meogeoya handago malhaesseoyo]
　　At sakâ, kumain nang mabuti raw.
　　[앝 사까' 시나-비 니야 나 꾸마-인 낭 마부-띠 라우]

● B: 우리 아기 위해 많이 먹을게요.
　　[uri agi wihae mani meogeulkeyo]

　　Kákáin akó nang marami para sa sanggól natin.
　　[까-까인 아꼬 낭 마라-미 빠-라 사 상골 나-띤]

● L: 당신 먹고 싶은 거 많이 사 줄게요..
　　[dangsin meokgo sipeun geo mani sa julkeyo]

　　Pípilítin kitá ibilí nang marami na gustó mong kainin.
　　[삐-뻴리-띤 끼따 이빌리 낭 마라-미 까 낭 구스또 몽 까이-닌]

● B: 여보, 고마워요.
　　[yeobo gomawayo]

　　Honey, salamat.
　　[하니 살라-맡]

● L: 뭘요! 우리가 남이예요?
　　[mwolyo uriga namiyeyo]

　　Ay, hindî ba tayo mag-asawa?
　　[아이 힌디' 바 따요 막아사-와]

● L: 오히려 내가 고마워해야지요.
　　[ohiryeo naega gomawahaeyajiyo]

　　Akó ang dapat magpasalamat sa iyó.
　　[아꼬 앙 다-빹 막빠살라-맡 사 이요]

Seksyon 13 : Paglalakbáy

제13과 여행

● 실례하지만 말씀 좀 묻겠습니다.
[silryehajiman malsseum jom mutgesseumnida]

Ipagpaumanhín pô ninyó, gustó kong magtanóng.
[이빡빠우만힌 뽀' 닌요, 구스또 꽁 막따농]

* Ang '실례하다(gumawa ng di-naaangkop)' ay pawatas ng '실례하지만(Ipagpaumanhin ~)'.
* Ang '~지만' ay salitang-katapusang pang-ugnay na ginagamit pag nagpapahayag ng kasalungat, katanungan o di-posibilidad sa susunod na pangungusap tungkol sa sinabing mauna.
* Halimbawa(pawatas)
  · 장미는 아름답지만(아름답다) 가시가 있다.
    Maganda ang rosa, pero mayroong tinik.
  · 가고 싶지만(싶다) 시간이 없다.
    Gustong pumunta, pero walang oras.
  · 돈은 많지만(많다), 쓸 시간이 없다.
    Maraming pera, pero walang oras para magastos.

● 화장실이 어디에요?
[hwajangsiri eodieyo]

Nasaán pô ang CR?
[나사안 뽀' 앙 씨알]

- 그거 저기에 있어요.
  [geugeo jeogie isseoyo]
  Naroón pô iyán.
  [나로온 뽀' 이얀]

- 여기서 멀어요?
  [yeogiseo meoreoyo]
  Malayò pô ba mulâ rito?
  [말라-요' 뽀' 바 물라' 리-또]

- 걸어서 약 5분입니다.
  [georeoseo yak obunimnida]
  Mgá limáng minuto pô sa lakad.
  [망아 리망 미누-또 뽀' 사 라-깓]

- 여기가 어디입니까?
  [yeogiga eodiimnikka]
  Nasaán pô tayo ngayón?
  [나사안 뽀' 따-요 ㅇ아욘]

- 길을 잃어 버렸어요.
  [gireul ireo beoryeosseoyo]
  Nalíligáw pô akó.
  [나리-ㄹ리가우 뽀' 아꼬]

● 이 지역을 잘 아세요?
[i jiyeogeul jal aseyo]

Alám ba ninyo ang lugár na itó nang mabuti?
[알람 바 닌요 앙 루가르 나 이또 낭 마부-띠]

● 거기로 어떻게 가요?
[geogiro eoddeoke gayo]

Paano pô púpuntá roón?
[빠아-노 뽀' 뿌-뿐따 로온]

● 버스를 타고 가세요.
[beoseureul tago gaseyo]

Sumakáy kayó sa bus.
[수마까이 까요 사 부-스]

● 몇 번 버스를 타야 합니까?
]myeot beon beoseureul taya hamnikka]

Anó pong núméro ng bus ang dapat kong sakyán?
[아노 뽕 누-메-로 낭 부-스 앙 다-빹 꽁 사끼얀]

● 100번 버스를 타세요.
[bakbeon beoseureul taseyo]

Sakyán ninyó ang bus ng númérong isáng daán.
[사끼얀 닌요 앙 부-스 나 누-메-롱 산다안]

● 여기서 얼마나 오랫동안 사셨어요?
[yeogiseo eolmana oraetdongan sasyeosseoyo]

Gaano katagál pô kayóng nakatirá rito?
[가아-노 까따갈 뽀‘ 까용 나까띠라 리-또]

* Ang '동안' ay nangangahulugang Habang. Mayroong dalawang paraan sa pagkakagamit ng '동안' na 'panahon+동안 at paunang pangngalan ng pandiwa(~는)+동안'.
* Halimbawa
  · 그는 일주일 동안 유럽여행을 했다.
    Habang isang linggo naglakbay siya sa Europa.
  · 나는 한 시간 동안 산책했다.: Habang isang oras namasyal ako.
  · 십년 동안: Habang sampung taon
  · 공부하는 동안 조용히 해.: Habang nag-aaral, tahimik kayo.
  · 한국에 사는 동안 한국어를 공부했다.
    Habang nakatira sa Korea, nag-aral ng wikang Koreano.
  · 그녀는 요리하는 동안 노래를 불렀다.
    Habang nagluluto siya, kumanta siya.

● 가장 가까운 병원이 어디에요.
[gajang gakkaun byeongwoni eodieyo]
Saán pô ang pinakamalapit na ospitál?
[사안 뽀‘ 앙 삐나까말라-삘 나 오스삐달]

● 시청으로 가는 길을 가르쳐 주세요.
[sicheongeuro ganeuen gireul gareuchyeo juseyo]
Iturò ninyó ang daán sa city hall.
[이뚜-로‘ 닌요 앙 다안 사 시티 홀]

● 이 근처에 가까운 시장이 있어요?
[i geuncheoe gakkaun sijangi isseoyo]

Mayroón pô bang palengke na malapit dito?
[마이로온 뽀' 방 빨레—ㅇ께 나 말라-삗 디-또]

● 시장에 가고 싶어요.
[sijange gago sipeoyo]

Gustó ko pong pumuntá sa palengke.
[구스또 꼬 뽕 뿌문따 사 빨레-ㅇ께]

● 시장에 어떻게 가요?
[sihange eoddeoke gayo]

Paano pô púpuntá sa palengke?
[빠아-노 뽀' 뿌-뿐따 사 빨레-ㅇ께]

● 이 길로 똑바로 가세요.
[i gilro ddogbaro gaseyo]

Deretso pô lang.
[데레-쪼 뽀' 랑]

● 모퉁이에서 우회전 하세요.
[motungieseo uhoijeon haseyo]

Ilikô ninyó sa kanan sa kanto.
[일리꼬' 닌요 사 까-난 사 까-ㄴ또]

- 시장은 우체국 건너편에 있어요.
  [sijangeun uchegug geonneopyeone isseoyo]
  Ang palengke pô ay sa kabilâ ng pos-opis.
  [앙 빨레-ㅇ께 뽀' 아이 사 까빌라' 낭 뽀스오-뻬스]

- 함께 가시겠어요?
  [hamkke gasigesseoyo]
  Sásáma pô ba kayó?
  [사-사-마 뽀' 바 까요]

- 지하철역으로 가는 길을 가르쳐 주세요.
  [jihacheolyeogeuro ganeun gireul gareuchyeo juseyo]
  Iturò pô ninyó ang daán sa istasyón ng subway.
  [이뚜-로' 뽀' 닌요 앙 다안 사 이스따숀 낭 서부웨이]

- 서울 두 장 주세요.
  [seoul du jang juseyo]
  Bigyán ninyó akó ng dalawáng tiket para sa Seoul.
  [비그얀 닌요 아꼬 낭 달라왕 띠-껱 빠-라 사 서울]

- 어디서 타요?
  [eodiseo tayo]
  Saán pô kamí sásakáy?
  [사안 뽀' 까미 사-사까이]

● 그 곳에 지하철로 갈 수 있어요?
[geu gose jihacheolro gal su isseoyo]

Puwede pô bang pumuntá roón sa pamamagitan ng subway?
[뿌웨-데 뽀' 방 뿌-문따 로온 사 빠마마기-딴 낭 서브웨이]

● 지하철로 가도 되고 택시로 가도 돼요.
[jihacheolro gado doigo taeksiro gado dwaeyo]

Puwedeng magpuntá sa pamamagitan ng subway o taksi.
[뿌웨-뎅 막뿐따 사 빠마마기-딴 낭 서브웨이 오 따-ㅋ시]

● 우리 택시타고 가요.
[uri taeksitago gayo]

Magtaksi tayo.
[막따-악시 따요]

● Panauhin(손님): 남대문 시장에 가 주세요.
[namdaemun sijange ga juseyo]

Dalhín ninyó kamí sa palengke ng Namdaemun.
[달힌 닌요 까미 사 빨레-ㅇ께 낭 남대문]

● Tsupér(기사) : 다 왔어요.
[da wasseoyo]

Naríto na pô tayo.
[나-리-또 나 뽀' 따요]

● Panauhin: 여기에 내려 주세요.
  [yeogie naeryeo juseyo]
  Ibabà ninyó kamí dito.
  [이바-바' 닌요 까미 디-]

● Tsupér: 안녕히 가세요.
  [annyeonghi gaseyo]
  Paalam na pô.
  [빠아-ㄹ람 나 뽀']

● Panauhin : 감사합니다.
  [gamsahamnida]
  Salamat pô.
  [살라-맡 뽀']

Seksyon 14 : Ang Pagpapayapà sa Asawang Babae na Galít

제14과   화난 아내 달래기

◈ **Asawang lalaki(L):** 남편   ◈ **Asawang babae(B):** 아내

● L: 화내지 않으면 좋겠어요. 그러면 다 예뻐요.
  [hwanaeji aneumyeon jokesseoyo geureomyeon da yebbeoyo]
  Sana'y hindî ka gálit. Para magandá ang lahát.
  [사-나이 힌디' 까 갈릍. 빠-라 마간다 앙 라핱]

● B: 당신이 매일 저녁 늦으니까 화가 나요.
  [dangsini maeil jeonyeok neujeunikka hoaga nayo]
  Nagágálit akó, kasí palagì kang nahúhulí gabí-gabí.
  [나가-가-ㄹ릍 아꼬, 까시 빨라-기' 깡 나후-훌리 gabi-가비]]

* Ang '~니까' ay salitang-katapusan pang-ugnay na nangangahulugang Dahil o Kasi. Ang singkahulugang salitang-katapisan ay '~서'.
* Halimbawa(pawatas)
  · 돈이 없으니까(없다)/없어서 힘들어요.
    Dahil walang pera, mahirap.
  · 로사는 예쁘니까(예쁘다)/예뻐서 학교에서 인기가 좋아요.
    Dahil maganda si Rosa, popular siya sa eskuwelahan.
  · 빨리 걸으니까(걷다)/걸어서 발이 아파요.
    Dahil maglakad ng mabilis, masakit ang paa.

● L : 저녁때 직원들과 회식이 있어서 가끔 늦을 때도 있어요.
[jeonyeogddae jigwondeulgoa hoisigi isseoseo gakkeum neujeul ddaedo isseoyo]

Paminsan-minsan nahúhulí akó dahil sa paghahapunan na kasama ang mgá katrabaho.
[빠미-ㄴ산미-ㄴ산 나후-훌리 아꼬 다힐 사 빡하하뿌-난 나 까사-마 앙 망아 까뜨라바-호]

● B : 늦게 되면 미리 전화해야지요.
[neutge doimyeon miri jeonhwahaeyajiyo]

Kung mahúhulí, dapat mong muna tawagan akó.
[꿍 마후-훌리 다-빹 몽 무나 따와-간 아꼬]

● L : 가끔 전화 못할 때도 있으니까 이해해 줘요.
[gakkeum jeonhoa mothal ddaedo isseunikka ihaehae jwoyo]

[Máintindihán mo sana na hindî kitá puwedeng tawagan paminsan-minsan.
[마-인띤디한 모 모 사-나 나 힌디' 끼따 따와-간 까빠미-ㄴ산미-ㄴ산]

● B : 이해하겠어요. 그래도 자주 하면 안돼요.
[ihaehagesseoyo geuraedo jajuhamyeon andwaeyo]

Náintindihán ko na, pero huwág mong gawín madalás.
[나-인띤디한 꼬 나 뻬-로 후왁 몽 가윈 마달라스]

● L : 이해해 줘서 고마워요.
   [ihaehae jwoseo gomawayo]
   Salamat sa pagkaunawà mo.
   [살라-맡 사 빡까우나-와' 모]

● B : 밖에서 술 많이 드시면 안 돼요.
   [bakkeseo sul mani deusimyeon an dwaeyo]
   Huwág kang uminóm ng maraming alak sa labás.
   [후왁 깡 움이놈 낭 마라-밍 알락 사 라바스]

● L : 나도 술 취해서 실수할까 두려워요.
   [nado sul chwihaeseo silsuhalkka duryeowoyo]
   Natátakót din akóng magkámalî dahil sa kalasingán.
   [나따-따꼳 딘 아꽁 막까-말리' 다힐 사 까라싱안]

● B : 왜 화를 내는지 알겠어요?
   [wae hwareul naeneunji algesseoyo]
   Alám mo ba kung bakit akó nagágálit?
   [알람 모 바 꿍 바낕 아꼬 나가-가-ㄹ릳]

● L : 그래서 미안하다고 했잖아요.
   [geuraeseo mianhadago haetjanayo]
   Dahil dito, humingî akó ng paumanhín.
   [다힐 디-또 후밍이' 아꼬 낭 빠우만힌]

● B : 그리고, 왜 가끔 외박해요?

   [geurigo wae gakkeum oibakaeyo]

   At sakâ, bakit ka natútúlog sa labás paminsan-minsan?
   [앝 사까' 바-낕 까 나뚜-뚜-ㄹ록 사 라바스 빠미-ㄴ산미-ㄴ산]

● L : 한국에서는 친구의 부모가 돌아가시면 빈소에서 함께 밤을 새요.

   [hangugeseoneun chingueui bumoga doragasimyeon binsoeseo hamkke bameul saeyo]

   Sa Korea, kapág namatáy ang magulang ng kaibigan, sinásamáhan ang kaibigan nang magdamág sa punerarya.
   [사 꼬레-아 까-빡 나마따이 앙 마구-ㄹ랑 낭 까이비-간, 시나-사마-한 앙 까이비-간 낭 막다막 사 뿌네라-랴]

   * Ang saligang salita ng '돌아가시면' na panaganong pasakali ay '돌아가시다' na salitang panggalang ng '돌아가다(bumalik)' at saka '죽다(mamatay)'.

● B : 그렇구나! 몰랐어요. 좋은 관습이군요.

   [geureokuna molratsseoyo jeongmal joeun gwanseubigunyo]

   Kayâ palâ! Hindî ko alam 'yan. Magandáng kaugalián palâ.
   [까야' 빨라' 힌디' 꼬 알람 얀 마간당 까우갈리안 빨라']

   * Ang '그렇구나!' ay may salitang-katapusan walang galang.
   * Ang '그렇군요(Kaya po pala)!' ay magalang.

● L : 될 수 있으면 외박하지 않을게요.
   [doilsu isseumyeon oibakaji aneulkeyo]

   Kung maaari, hindî akó matútúlog sa labás.
   [꿍 마아-아리' 힌디' 아꼬 마뚜-뚜-ㄹ록 사 라바스]

   * Ang singkahulugang salita ng '될 수 있으면' ay '가능하면'.

● B : 혼자 자면 무서워요.
   [honja jamyeon museowoyo]

   Natátakót akóng matulog nang nag-íisá.
   [나따-따-꼳 아꽁 마뚜-ㄹ록 낭 낙이-이사]

● L : 알았어요. 앞으로 혼자 자지 않게 하겠어요.
   [arasseoyo apeuro honja jaji anke hagesseoyo]

   Okay. Mulâ ngayón, dî kitá háhayáang matulog nang nag-íisá.
   [오케이 물라' ㅇ아욘 디' 끼따 하-하야-앙 나 마뚜-ㄹ록 낭 낙이-이사]

● L : 우리 숨김없이 털어 놓고 말해요.
   [uri sumgimeobsi teoreo noko malhaeyo]

   Mag-usap tayo nang bukás ang pag-iisip.
   [막우-삽 따요 낭 부까스 앙 빡이이-싶]

● B : 다시 싸우지 않기로 약속해요.
   [dasi ssauji ankiro yaksokhaeyo]

   Mangakò tayong hindî mag-ááway mulî.
   [망아-꼬 따-용 힌디' 막아-아-와이 물리']

● L: 다시 싸우지 말자. 우리 서로 사랑하고 있으니까.
　　[dasi ssauji malja. uri seoro saranghago isseunikka]

　　Huwág tayong mag-away mulî, dahil nagmámahalán tayo.
　　[후왁 따-용 막아-와이 물리', 다힐 낙마-마할란 따-요]

● B: 알겠어요. 늦었으니까 자요.
　　[algesseoyo neujeosseunikka jayo]

　　Okay. Gabí na. Matulog tayo.
　　[오케이 가비 나 마뚜-ㄹ록 따-요]

Seksyon 15 : Kaarawán ng Asawang Babae

제 15과 아내의 생일

◈ Asawang lalaki(L): 남편 ◈ Asawang babae(B): 아내

● L: 생일 축하해요! 이거 받아요.
   [saengil chukahaeyo igeo badayo]
   Maligayang kaarawán! Para sa iyó itó.
   [말 리가-양 까아라완 빠-라 사 이요 이또]

● B: 이거 저에게 주시는 거예요?
   [igeo jeoege jusineun geoyeyo]
   Para sa akin ba itó?
   [빠-라 사 아-낀 바 딸라가 이또]

● L: 이거 당신 마음에 들었으면 좋겠어요.
   [igeo dangsin maeume deureosseumyeon jokesseoyo]
   Sana, mágustuhán mo itó.
   [사-나, 마-구스뚜한 모 이또]

- B: 오래 전부터 핸드폰을 갖고 싶었어요.
  [orae jeonbuteo haendeuponeul gatgo sipeosseoyo]
  Matagál na gustó kong magkaroón ng selpon.
  [마따갈 나 구스 또 꽁 막까로온 낭 세-ㄹ폰]

- 생일날 뭐하고 싶어요?
  [saengilnal mwohago sipeoyo]
  Anó ang gustó mo sa iyóng kaarawán?
  [아노 앙 구스또 모 사 이용 까아라완]

- 저에게 한 턱 낼 꺼예요?
  [jeoege han teok nael ggeoyeyo]
  Ilílíbre mo ba akó?
  [일리-리-브레 모 바 아꼬]

- 내가 한 턱 내지요.
  [naega han teok naejiyo]
  Ibú-blow out kitá.
  [이부-불로우 아웉 끼따]

- 사양마세요.
  [sayangmaseyo]
  Huwág kang mahiyâ.
  [후왁 깡 마히야'].

● 정말 감격했어요. 대단히 고마와요.
[jeongmal gamgyeokaesseoyo daedani gomawayo]
Na-touched sobra akó. Maraming-maraming salamat.
[나터치트 소-브라 아꼬 마라-밍마라-밍 살라-맡]

Seksyon16 : Paghahanap ng trabaho, Panayam para sa trabaho

제16과   구직, 취업 인터뷰

◆ **Paghahanap ng trabahador sa diyario**

● 생산직구함. 4대보험. 상담후 급여결정. 외국인가능.
  Naghahanap ng trabahador sa produksyon. 4 proteksyon. Suweldong sasabihn pagka-panayam. Puwede dayuhan.

● 직원구함. 10시~20시. 시간조절가능. 경력자 우대. 주1회 휴무. 이력서 지참.
  Naghahanap ng tauhan. 10 AM~8 PM. Puwedeng palitan oras ng trabaho. Mas mabuti ang karanasan. 1 araw pahinga 1 linggo. Dala ang resume.

● 판매직원구함. 20세이상~55세미만. 4대보험. 월6회 휴무. 급여 200만. 초보자환영.
  Naghahanap ng tagabenta. 20 taong gulang ~ 55 taong gulang. 4 proteksyon. 6 beses pahinga 1 buwan. Suweldo 2 milyon Won 1 buwan. Tumatanggap baguhang tao.

● 주방 아르바이트구함. 10시~14시. 시급 9,000원. 보건증 지참.
  Naghahanap ng part-time sa kusina. 10 AM ~ 2 PM. Kada oras 9,000 Won. Dala ang certificado ng kalusugan.

● 홀서빙구함. 시간제 아르바이트 환영. 경력자 우대. 시급 10,000원.
   Naghahanap ng serbidor o serbidora. Tumatanggap part-time.
   Mas mabuti ang karanasan. Kada oras 10,000 Won.

● 주방보조구함. 9시~20시. 월4회 휴무. 연령무관. 월200만. 외국인
   환영.
   Naghahanap ng katulong sa kusina. 9 AM ~ 8 PM. 4 araw
   pahinga 1 buwan. Kahit anong edad. Suweldo 2 milyon Won 1
   buwan. Tumatanggap dayuhan.

● 기계실직원구함. 주5일. 4대보험. 통근차량운행. 경험자우대. 숙소
   및 취사장 있음. 월250만.
   Naghahanap ng mekaniko sa makinarya. 5 araw 1 linggo.
   4 proteksyon. Serbisyo ng sasakyan para sa pasok at uwi. Mas
   mabuti ang karanasan. May tulugan at kusina. Suweldo 2.5
   milyon Won 1 buwan.

● 배달기사구함. 30세미만. 주1회 휴무. 중식세공. 출퇴근차량지원.
   4대보험. 월300만. 근무지 서울.
   Naghahanap ng drayber para magdeliber. 30 taong gulang
   pababa. 1 beses pahinga 1 linggo. Libre tanghalian. Libreng
   sakay para sa pasok at uwi. 4 proteksyon. Suweldo 3 milyon   Won
   1 buwan. Seoul lugar ng trabaho.

● 배달사원모집. 20세~30세. 월요일 휴무. 숙식제공. 4대보험.
   월200만.
   Naghahanap ng tagadeliber. 20 taong gulang ~ 30 taong gulang.
   Lunes pahinga. Libreng tulugan at pagkain buong araw.
   4 proteksyon. Suweldo 2 milyon Won 1 buwan.

● 농장일용직구함. 60세미만. 08시~17시. 중식제공. 일당 8만.
Naghahanap ng trabahador arawan sa bukid. 60 taong gulang pababa. 8 AM ~ 5 PM. Libreng tanghalian. 80,000Won arawan.

◆ Bisita(B): 방문자　◆ Tagapamahala(T): 매니저

● B: 안녕하십니까? 저는 페드로라고 합니다.
Magandang araw po. Ako ay si Pedro.

● T: 어서 오세요. 인터뷰하러 오셨어요?
Maligayang pagdating. Makikipanayam ba kayo?

● B: 예, 그렇습니다. 이 회사에서 일하고 싶습니다.
Opo. Gusto ko pong magtrabaho sa kompanyang ito.

● T: 우리는 한국제품을 수출하는 무역회사인데, 알고 계신가요?
Ang ating kompanya ay nagluluwas ng Koreanong produkto, alam ninyo ba iyan?

● B: 예, 알고 있습니다.
Opo. Alam ko.

● T: 어느 나라에서 왔습니까?
Taga anong bansa kayo?

● B: 5년 전에 필리핀에서 왔습니다. 한국에서 대학교를 졸업했습니다.
Taga Pilipinas po noong nakaraang limang taon. Nagtapos ako ng unibersidad sa Korea.

- T: 어느 대학교에서 무엇을 전공했습니까?
  Ano ang nagmedyor kayo sa anong unibersidad?

- B: 한국대학교에서 무역학을 전공했습니다.
  Nagmedyor po ako ng siyensiya ng pakikipagkalakalan sa ibang bansa sa Hankook Unibersidad.

- T: 가능한 외국어들은 무엇입니까?
  Anu-anong lengguwahe kayo nakakasalita?

- B: 영어, 필리핀어, 한국어입니다.
  Ingles, Filipino at Koreano po.

- T: 잘 됐군요. 우리 회사는 필리핀에도 한국 제품을 수출하고 있어요.
  Mabuti nga! Ang ating kompanya ay nagluluwas ng Koreanong produkto sa Pilipinas din.

- B: 일하게 해 주시면 최선을 다 하겠습니다.
  Kung pagtatrabahuin po ninyo ako, gagawin ko ang lahat ng makakaya ko.

- T: 좋습니다. 인사과로 가세요. 전화해 두겠어요.
  Ayos na. Punta kayo sa seksyon ng mga tauhan. Tatawag ako para sa inyo.

- B: 대단히 감사합니다.
  Maraming-Maraming salamat po.

Kabanata 5

Apendiks

제5부 : 부 록

상호간의 호칭
Ang Tawagan sa Bawat isá

1. 자기에 대한 호칭 : Ang tawag sa sarili

① 저.제: 어른이나 여러 사람에게 말할 때.
  jeo, je: Ang tukoy sa sarili kapag nakikipag-usap sa nakatatanda o kapag nagsasalíta sa harap ng maraming tao.(katumbas ng "Akó pô.")

② 나: 같은 또래나 아랫사람에게 말할 때.
  na: Ang tukoy sa sarili kapag ka-edad o mas bata ang kausap.(katumbas ng "Akó")

③ 우리, 저희들: 자기 쪽을 남에게 말할 때.
  uri, joehideul: Kapag tinutukoy ang sariling grupo na kabilang ka. (katumbas ng "Kamí"/"Kamí pô")

2. 부모에 대한 호칭: Ang tawagan sa magulang

① 아버지, 어머니: 자기의 부모를 직접 부르고 지칭하거나 남에게 말할 때.
  abeoji, eomeoni: Kapag tinatawag ang Itay/Inay o binabanggit sila sa ibá.

② 아버님, 어머님: 아버지, 어머니의 높임말. 남편의 부모를 직접 부르고 지칭하거나 남에게 말할 때 또는 남에게 그 부모를 말할 때.
  abeonim, eomeonim: Ang mga salita na magalang ng "abeoji, eomeoni". Kapag tinatawag ang biyenang lalaki/ biyenang babae ng asawa o binabanggit sa ibá ang kanyang mga magulang.

③ 애비/아범, 에미/어멈: 부모가 자녀에게 자기를 지칭할 때, 또는 할아버지나 할머니가 손자.손녀에게 그 부모를 말할 때.
aebi/abeom, emi/eomeom: Kapag tinatawag ng magulang ang kaniláng mgá anak o kapag tinatawag ng lola at lolo ang kaniláng mgá anak sa harap ng mgá apó .

④ 아빠, 엄마: 유아 또는 어린 아이가 자기의 부모를 부르거나 말할 때.
Abba, eomma: Ang tawag ng sanggol o batang anak sa kanyang tatay / nanay.

⑤ 가친(家親), 자친(慈親): 자기의 부모를 남에게 말할 때의 한문식 지칭.
gachin, jachin: Kapag binabanggit ang sariling mgá magulang sa harap ng ibáng tao sa letrang Intsik.

⑥ 춘부장(椿府丈), 자당님(慈堂): 남에게 그의 부모를 한문식으로 말할 때.
chunbujang, jadangnim: Kapag binabanggit ang mgá magulang ng ibáng tao sa ibá sa letrang intsik.

⑦ 부친(父親), 모친(母親): 다른 사람의 부모를 말할 때.
buchin, mochin: Ang tawag sa mgá magulang ng ibáng tao kapag binabanggit sa ibá.

⑧ 선친(先親), 선비(先妣): 남에게 자기의 돌아가신 부모를 말할 때.
seonchin, seonbi: Ang tawag sa aking patay na mgá magulang kapag binabanggit ko sila sa ibá.

3. 형제자매간의 호칭: Ang tawagan ng magkakapatid sa isá't isá

① 언니: 여동생이 여자 형을 부를 때.
   eonni: Kapag tinatawag ng nakababatang kapatid na babae ang nakatatandang kapatid na babae.(katumbas ng "Ate")

② 형님: 남동생이 형을 높임말로 부르거나 손위 동서를 부를 때.
   hyeongnim: Kapag tinatawag ng nakababatang kapatid na lalaki ang kanyang nakatatandang kapatid na lalaki o ng nakababatang hipag(bayaw) ang nakatatandang hipag(bayaw) nang magalang.(katumbas ng "Kuya po")

③ 형: 남동생이 형을 직접 부르거나 집안의 어른에게 형을 말할 때.
   hyeong:Ang tawag ng nakababatang kapatid sa kanyang kuya deretso o kapag binabanggit siya sa mgá nakatatanda sa pamilya.(katumbas ng "Kuya")

④ 얘, 너: 미혼이나 10년 이상 연하(年下)인 동생을 부를 때.
   yae, neo: Ang tawag ng nakatatandang kapatid sa mgá nakababatang kapatid na lalaki o babae na wala pang mgá asawa o ang edad ay mas bata ng 10 taón o higit pa.

⑤ 동생, 자네: 기혼이나 10년 이내 연하인 동생을 부를 때.
   dongsaeng, jane : Ang tawag ng nakatatandang kapatid sa mgá nakababatang kapatid na lalaki o babae na may-asawa o ang edad ay mas bata ng 10 taón pababa.

⑥ 아우: 동생의 배우자나 남에게 자기의 동생을 말할 때.
   au: Kapag binabanggit ang nakababatang kapatid na lalaki sa kanyang asawa o sa ibá.

⑦ 아우님: 아우의 높임말
a-unim: Ang tawag na magalang ng "au"

⑧ 오라버니: 여동생이 남자 형을 부를 때.
orabeoni: Ang tawag ng nakababatang kapatid na babaeasawa sa kanyang kuya.

⑨ 오빠: 오라버니를 친근하게 부를 때.
obba: Ang tawag na magiliw ng "orabeoni"

⑩ 오라비: 여동생이 집안 어른에게 남자 형을 말할 때.
orabi: Kapag binabanggit ng nakababatang kapatid na babae ang kanyang kuya sa mgá nakatatanda sa pamilya

⑪ 누나: 남동생이 손위 누이를 부를 때.
nuna: Ang tawag ng nakababatang kapatid na lalaki sa kanyang ate

⑫ 동생, 자네, ○○ 아버지: 손위 누이가 기혼인 남동생을 부를 때.
dongsaeng, jane, ○○ abeoji: Ang tawag ng nakatatandang kapatid na babae sa kanyang nakababatang kapatid na lalaki na may-asawa na.

⑫ 누님: 누나의 높임말
nunim: Ang salita na magalang ng "nuna"

4. 형제자매의 배우자 호칭: Ang tawagan ng mgá asawa ng magkakapatid sa isá't isá

① 아주머니, 형수님: 시남동생이 형의 아내를 부를 때.
ajumeoni, hyeongsunim: Ang tawag ng nakababatang kapatid na lalaki sa asawa ng kanyang kuya.

② 아주미, 아지미, 형수: 집안 어른에게 형수를 말할 때.
ajumi, ajimi, hyeongsu: Kapag binabanggit ang asawa ng kanyang kuya sa mgá nakatatanda sa pamilya.

③ 형수씨: 남에게 자기의 형수를 말할 때.
hyeongsussi: Kapag binabanggit ang asawa ng kanyang kuya sa ibáng tao

④ 제수씨: 동생의 아내를 직접 부를 때.
jesussi: Ang tawag ng nakatatandang kapatid na lalaki sa asawa ng kanyang nakababatang kapatid na lalaki

⑤ 제수: 집안 어른에게 동생의 아내를 말할 때.
jesu: Kapag binabanggit ng nakatatandang kapatid na lalaki ang asawa ng kanyang nakababatang kapatid na lalaki sa mgá nakatatanda sa pamilya

⑥ 언니: 시누이가 오라버니의 아내를 부를 때.
eonni: Ang tawag ng nakababatang kapatid na babae sa asawa ng kanyang kuya

⑦ 올케, 새댁, 자네: 시누이가 남동생의 아내를 부를 때.
olke, saedaeg, jane: Ang tawag ng nakatatandang kapatid na babae sa asawa ng kanyang nakababatang kapatid na lalaki

⑧ 댁: 집안 어른에게 남동생의 아내를 말할 때.
daeg: Kapag binabanggit ng nakatatandang kapatid na babae ang asawa ng kanyang nakababatang kapatid na lalaki sa mgá nakatatanda sa pamilya.

⑨ 매부(妹夫), 매형, 자형(姉兄): 누나의 남편을 부를 때와 자매의 남편을 남에게 말할 때.
maebu, maehyeong, jahyeong:Ang tawag ng nakababatang kapatid na lalaki sa asawa ng kanyang nakatatandang kapatid na babae, at kapag binabanggit siya sa ibáng tao.

⑩ 서방, 자네: 언니나 오빠가 여동생의 남편을 부를 때.
seobang, jane: Ang tawag ng nakatatandang kapatid na lalaki/babae sa asawa ng kanyang nakababatang kapatid na babae

⑪ 매제(妹弟): 여동생의 남편을 남에게 말할 때.
maeje: Kapag binabanggit ng nakatatandang kapatid na lalaki sa ibáng tao ang asawa ng kanyang nakababatang kapatid na babae.

⑫ 형부(兄夫): 여동생이 언니의 남편을 부를 때.
hyeongbu: Ang tawag ng nakababatang kapatid na babae sa asawa ng kanyang nakatatandang kapatid na babae

5. 친척간의 호칭: Ang tawagan sa isá't isá ng mgá magkakamag-anak

① 할아버지, 할머니: 조부모를 직접 부르거나 남에게 말할 때.
harabeoji, halmeoni: Ang tawag sa lolo at lola o kapag binabanggit sila sa ibáng tao

② 할아버님, 할머님: 할아버지, 할머니의 높임말
halabeonim, halmeonim: Ang mga salitang magalang ng "harabeoji, halmeoni"

③ 큰아버지/큰어머니, 둘째 아버지/둘째 어머니, 작은아버지/작은어머니: 아버지의 형제와 그 배우자를 부르거나 말할 때. 이때 맏이는 큰, 막내는 작은, 기타 중간은 몇째를 붙인다.
- keunabeoji: Ang tawag sa pinakamatandang kapatid na lalaki ng ama at kapag binabanggit siya sa ibá
- keuneomeoni: Ang tawag sa asawa ng pinakamatandang kapatid na lalaki ng ama, at kapag binabanggit siya sa ibá.
- duljjae abeoji: Ang tawag sa pangalawa sa pinakamatandang kapatid na lalaki ng ama, at kapag binabanggit siya sa ibá.
- duljjae eomeoni: Ang tawag sa asawa ng pangalawa sa pinakamatandang kapatid na lalaki sa ama at kapag binabanggit siya sa ibá.
- jageunabeoji: Ang tawag sa pinakabunsong kapatid na lalaki ng ama, at kapag binabanggit siya sa ibá.
- jageuneomeoni: Ang tawag sa asawa ng pinakabunsong kapatid na lalaki ng ama, at kapag binabanggit siya sa ibá.

* Kapag tinatawag ang mgá kapatid mulâ sa pinakamatanda hanggang sa pinakabata, o kapag binabanggit sila sa ibáng tao, ang bilang ordinal ay idinadagdag bilang unlapi.

④ 아저씨, 아주머니: 아버지 세대의 어른과 그 배우자를 부를 때.
ajeossi, ajumeoni: Ang tawag sa asawang lalaki at asawang babae ng parehong henerasyon sa mga magulang.

⑤ 고모, 고모부: 아버지의 자매와 그 배우자를 부를 때.
- gomo: Kapag tinatawag ang kapatid ng ama.(katumbas ng "Tiya sa ama)
- gomobu: Kapag tinatawag ang asawa ng kapatid ng ama. (katumbas ng "Tiyo sa ama)

⑥ 외숙모, 외숙: 어머니의 형제와 그 배우자를 부를 때.
oesugmoo: Ang tawag sa asawa ng kapatid na lalaki ng ina.
oesug: Ang tawag sa kapatid na lalaki ng ina.

⑦ 이모, 이모부: 어머니의 자매와 그 배우자를 부를 때.
- imo: Kapag tinatawag ang kapatid na babae ng ina.(katumbas ng Tiya sa ina)
- imobu: Kapag tinatawag ang asawa ng kapatid na babae ng ina(katumbas ng Tiyo sa ina)

6. 이웃간의 호칭: Ang tawagan ng magkakapitbahay.

① 어르신, 어르신네: 남의 아버지나 나이 많은 사람에 대한 경칭
eoreusin, eoreusinne: Ang tawag na magalang sa ama ng ibang tao o sa matandang tao.

② 선생님: 자기가 존경하는 웃어른이나 직업이 선생님인 남녀 어른.
seonsaengnim: Ang tawag sa nakatatandang tao na nirerespeto o sa isáng guro.(katumbas ng "Sir")

③ 형님: 10년 이내에 드는 연상에 대한 칭호.
hyeongnim, hyeong: Ang tawag ng nakababata sa sinumang nakatatanda kung ang agwat ng edad ay mababa sa mga 10 taón.

④ 선배님, 선배: 학교 선배나 같은 일을 하는 연장자.
seonbaenim, seonbae: Ang tawag sa nakatatanda sa paaralan o sa kaparehong linya ng trabaho.

⑤ 자네: 10년 이내의 친숙한 사이의 연장자가 연하의 상대에 대한 호칭
jane: Ang tawag sa nakababata na malapit ang loob sa isá't isá na may agwat ng edad na mababa sa sampung taón.

⑥ ○○님: 상대의 직책 또는 이름에 경의를 표하기 위해 '님'을 붙인다.
○○nim: Dinadagdagan ng hulaping "Nim" ang opisyal na titulo o pangalan ng isáng tao biláng paggalang.

⑦ ○○아버님(어머님): 친구나 잘 아는 사람과의 관계로 그 사람의 부모님에 대한 호칭.

○○abeonim(eomeonim): Ang tawag sa ama at ina ng kaibigan o kakilala na nakababata. Ang pangalan niya ay idinadagdag sa unahan ng "abeonim" o "eomeonim".

⑧ 너, 야 : 미성년자나 아이들 또는 어린 사람들이 친구끼리 말할 때.
neo, ya: Ang tawagan sa isá't isá ng mgá bata o ng mgá kabataang magkaibigan.

⑨ 잘 모르는 사람에 대한 칭호: Ang tawag sa taóng hindî Gaanong kilala.

- 어르신, 어르신네: 자기의 부모같이 나이가 많은 남녀 어른.
eoreusin, eoreusinne: Ang tawag sa taóng nakatatanda na katulad ng edad ng sariling magulang.

- 선생님: 자기가 존경할 만큼 점잖거나 나이가 많은 남녀.
seonsaengnim: Ang tawag sa taóng iginagalang o mas nakatatanda.

- 형씨: 자기와 동년배인 남자끼리.
hyeongssi: Ang tawagan sa isá't isá ng parehong lalaki na magkapareho ang edad.

- 댁: 형씨라 부를 동성 간이나 이성간.
daeg: Ang tawag sa isá't isá, maging anuman ang kasarian, sa relasyong tulad ng hyeongssi

- 학생: 학생 신분인 남녀.
hagsaeng: Kapag tinatawag ang estudyante, kahit anong kasarian.

II. 생활예절
Mgá Magandang Asal Pang-araw-araw

1. 서 있을 때의 예절: Mabuting Patnubay sa Pagtayo

① 발은 편하게 약간 옆으로 벌리되 앞뒤로 엇갈리지 않도록 한다.
Ang mgá paa ay magkahiwalay nang kaunti at magkapantay, hindî nakatabingi.

② 무릎과 엉덩이, 허리를 자연스럽고 곧게 편다.
Ituwid nang komportable ang mgá tuhod, balakang at baywang.

③ 체중을 두 다리에 고르게 실어 몸이 한쪽으로 기울지 않도록 한다.
Pantay na hatiin ang bigat ng katawan sa bawat binti upang ang katawan ay hindî tumagilid sa isáng panig.

④ 두 손은 앞으로 모아 잡는다.
Ang dalawang kamay ay paghawakin sa harap.

⑤ 가슴을 자연스럽게 편다.
Ilabas ang dibdib nang natural..

⑥ 두 어깨는 수평이 되도록 반듯하게 해서 앞으로 굽혀지거나 뒤로 젖혀지지 않도록 한다.
Panatilihing pantay ang mgá balikat upang maiwasan ang mapayukod nang paharap o patalikod.

⑦ 고개는 반듯하게 들고 턱을 자연스럽게 앞으로 당긴다.
Ituwid ang ulo at panatag na ipasok ang baba.

⑧ 눈은 곱게 뜨고 시선은 자신의 정면 위쪽에 둔다.
Panatilihing nakadilat ang mgá mata at mas mataas nang kaunti kaysa tuwiran ang gawing pagtingin.

⑨ 입은 자연스럽게 다문다.
Panatag na itikom ang mgá labi nang natural.

2. 앉아 있을 때의 예절: Mabuting Patnubay sa Pag-upo

① 어른의 정면에 앉지 않고 되도록이면 남자는 어른의 왼쪽 앞, 여자는 어른의 오른쪽 앞에 앉는다.
Kung maaari, huwág umupo sa harap mismo ng nakatatanda kundi sa tagiliran niya (Ang lalaki ay maupo sa kaliwa at ang babae ay maupo sa kanang panig mulâ sa harap ng nakatatanda.)

② 어른이 먼저 앉은 다음에 앉는다.
Umupo lamang kapag nakaupo muna ang nakatatanda.

③ 먼저 왼쪽 무릎을 꿇고 다음에 오른쪽 무릎을 꿇어앉는다.
Kapag maupo nang paluhod, iluhod muna ang kaliwang tuhod at pagkatapos nito ay ang kanang tuhod.

④ 두 손을 가지런히 펴서 두 무릎 위에 얹거나, 모아 잡은 손을 남자는 중앙에, 여자는 오른쪽 무릎 위에 놓는다.
Ilagay ang mgá kamay na maayos na nakatuwid sa bawat tuhod o ilagay ang magkapatong na kamay sa gitna ng mgá binti para sa lalaki, at sa kanang tuhod para sa babae.

⑤ 입고 있는 옷이 흐트러지지 않도록 갈무리한다.
　　Ayusin ang damít na suot sa pag-upo upang hindî magusot.

⑥ 상체를 곧게 펴고, 시선은 15도 아래를 본다.
　　Idiretso ang itaas na bahagi ng katawan, at panatilihin ang pagtingin nang mababa sa 15 grado.

⑦ 방석에 앉을 때에는 방석을 발로 밟지 않도록 주의한다.
　　Kapag nakaupo sa kusyon sa sahig, ingatang hindî ito matapakan.

⑧ 왼쪽 무릎을 꿇기 전에 두 손으로 방석을 당겨 무릎 밑에 넣으면서 방석 위에 무릎을 꿇는다.
　　Bago iluhod ang kaliwang tuhod, ilagay ang kusyon sa ilalim ng mgá tuhod sa pamamagitan ng dalawang kamay, at pagkatapos ay lumuhod dito.

⑨ 방석의 중앙에 앉되 발끝이 방석의 뒤편 끝에 걸쳐지게 앉는다.
　　Umupo sa gitna ng kusyon na ang dulo ng mgá paa ay ilalagay nang kaunti sa dulong linya ng kusyon.

⑩ 일어설 때에는 무릎을 들면서 두 손으로 방석을 원래 자리에 밀어 놓는다.
　　Kapag tatayo, ibálik ang kusyon nang dalawang kamay kung saán ito kinuha habang itinitindig ang mgá tuhod.

⑪ 어른이 편히 앉으라고 하면 편히 앉는다. 이때 벽에 기대거나 비스듬히 앉지 않도록 주의하며, 다리를 뻗고 앉지 않는다.
　　Kapag nagwika ang nakatatanda na umupo nang maginhawa, gawin ito nang hindî idinideretso ang mgá binti. Iwasang sumandal sa pader o umupô na nakahilis.

⑫ 의자에 앉을 때는 두 무릎과 발끝을 붙이고 두 손은 포개 잡고 무릎 위에 얹으며, 곧게 세워 앉는다.
Kapag uupô sa silya, panatilihin ang mgá tuhod pati na ang dulo ng mgá paa na magkadikit, at ilagay ang magkapatong na mgá kamay sa mgá tuhod habang nakaupô nang tuwid.

3. 걸을 때의 예절: Magandang Panuntunan sa Paglakad

① 실내에서는 발뒤꿈치를 살짝 들고 조용히 걷는다.
Kapag maglalakad sa loob ng bahay, ang mgá sakóng ng paa ay itaas nang bahagya at maglakad nang tahimik.

② 옷자락이 펄럭이지 않게 잘 여미며 걷는다.
Ayusin ang damít upang ang dulo nito ay hindî nakataas habang naglalakad.

③ 너무 느리게 걸어 주위 사람들의 보행에 방해를 주지 않도록 한다.
Ingatang hindî makagambala sa ibáng naglalakad sa pamamagitan ng paglalakad nang masyadong dahan-dahan.

④ 실내에서 걸을 때에는 보폭을 실외에서보다 좁게 한다.
Kapag maglalakad sa loob ng bahay, ang hakbang ay maigsi kaysa sa hakbang kapag nasa labas ng bahay.

⑤ 여자가 한복을 입었을 때에는 발끝으로 치맛자락을 사뿐히 차듯이 밀며 걷는다.
Ang babaeng nakasuot ng tradisyonal na damít ng Korea ay lumalakad na parang sinisipa nang magaan at itinutulak nang marahan ang dulo ng palda.

⑥ 계단을 오르내릴 때에는 옷자락을 들고 잘 여미서 밟히지 않도록 한다.
Kapag aakyat o bababa ng hagdan, hawakan at ayusin ang dulo ng palda ng mgá kamay upang ang dulo ng palda ay hindî matapakan.

⑦ 남의 앞을 가로 지날 때에는 반드시 "실례합니다.'"또는 "죄송합니다."라고 말하면서, 남의 몸에 닫지 않도록 주의 하면서 민첩하게 지나간다.
Kapag dumaan sa harapan ng ibáng tao, nararapat na magsabi ng "silryehamnida"(katumbas ng "Makikiraan pô.") o "jwesonghamnida" (katumbas ng "Pasensya na pô.") upang maunawaan, at mabilis na dumaan habang iniingatang hindî makasanggi ng ibáng tao.

4. 출입할 때의 예절: Magandang Panuntunan sa Pagpasok at Paglabas ng Silid

① 출입할 때에는 노크를 하거나 인기척을 내어 안에 있는 사람이 알도록 한다.
Kapag papasok sa silid, ipaalam ito sa taóng nasa loob sa pamamagitan ng pagkatok sa pinto.

② 안으로 들어가거나 나올 때에는 문턱(문지방)을 밟지 않는다.
Kapag papasok o lalabas ng silid, hindî matatapakan ang kahoy o semento na suporta sa ilalim ng pintuan.

③ 출입할 때에는 방안의 사람에게 될 수 있는 대로 뒷모습을 보이지 않는다.
Kapag papasok o lalabas, hindî ipapakita ang likod ng katawan sa taóng nasa loob ng silid kung maaari.

④ 문은 가능한 소리 나지 않게 여닫는다.
Buksan at isára ang pinto nang tahimik hanggang maaari.

⑤ 문을 필요 이상으로 넓게 열지 말고, 문을 열어 놓은 채 다른 일을 하지 않는다.
Hindî dapat buksan ang pinto nang napakaluwang, at huwág iwan na bukas ang pinto habang may ginagawa sa loob ng silid.

5. 물건을 다룰 때의 예절: Magandang Panuntunan sa Paghawak ng mgá Gamit

① 칼이나 송곳 등 위험한 물건을 남에게 줄 때에는 상대편이 손잡이를 잡기 편하도록 집어준다. 신문이나 책 등을 건네 줄 때에는 상대편에서 바르게 보이도록 한다.
Kapag nag-aabot ng mapanganib na gamit tulad ng kutsilyo o ice-pick, hawakan ang kabiláng bahagi ng tanganan ng bagay at iabot. Kapag nagbibigay ng aklat, diyaryo at ibá pa, hawakan ito na paharap sa tumatanggap at iabot.

② 앉은 사람에게는 앉아서 주고, 선 사람에게는 서서 준다.
Kapag ang tatanggap ay nakaupô, ang magbibigay ng bagay ay dapat na nakaupô rin.
Kapag ang tatanggap ay nakatayo, dapat na nakatayo rin ang magbibigay.

③ 남에게서 물건을 받을 때에는 두 손으로 공손히 받는다.
Kapag tatanggap ng bagay, magalang na tanggapin ito na gamit ang dalawang kamay.

④ 음식을 담은 그릇은 음식이나 그릇의 안쪽에 손이 닿지 않게 하며, 상이나 쟁반으로 받친다.
Ang loob ng mangkok na naglalaman ng pagkain ay hindî dapat hawakan. Samakatuwid, ang mangkok ay dapat isilbi sa maliit na mesa o bandehado.

⑤ 바늘이나 핀같이 작은 물건은 천에 찔러서 보관하며, 작거나 흐트러지기 쉬운 물건은 작은 함에 담아서 보관한다.
Ang maliliit na matalas at matulis na mgá bagay tulad ng karayom o aspili ay dapat na nakatusok sa tela kapag itinatabi, at ang maliliit at kalat-kalat na mgá bagay ay dapat itago sa munting kahon.

6. 대화할 때의 예절: Magandang Panuntunan sa Pakikipag- usap

① 대화 장소의 환경과 상대의 성격, 수준 등을 참작해 화제를 고른다.
Kailangang pumili ng angkop na paksa ayon sa lugar at tema ng pag-uusapan, personalidad, baitang, at ibá pang bagay na may kinalaman sa kausap.

② 사투리보다는 표준말을, 외래어나 전문용어보다는 쉬운 우리말을, 거친 말보다는 고운 말을 쓴다.
Kailangang gamitin ang wikang ginagamit ng karamihan sa halip na diyalekto, ang simpleng Hangul sa halip na mgá salitang nagmulâ sa banyaga o mgá teknikal na termino, at magalang kaysa bastos na lengguwahe.

③ 감정을 편안하게 하고 표정을 온화하게 해서 말한다.
Kailangang magsalíta na maamo ang mukha at mapayapa ang diwa.

④ 너무 작거나 크게 말하지 말고, 조용하면서도 알아듣기 좋게 말한다.
Kailangang magsalíta nang hindî masyadong malakas o masyadong mahina, ngunit malumanay at maliwanag.

⑤ 발음을 정확하게 하고 속도를 조절해서 상대편이 이해하기 좋게 말하며, 상대가 정확히 이해하고 있는지 살피면서 말한다.
Kailangang magsalíta nang malinaw at nasa tamang bilis para maunawaan nang husto ng kausap, habang inaanalisa mo kung talagang naiintindihan ka niya.

⑥ 상대가 질문하면 자상하게 설명하고, 의견을 말하면 성의 있게 듣는다.
Kailangang maingat mong sagutin ang mgá tanóng at makinig nang maigi sa kausap kapag nagpapahayag ng sariling opinyón.

⑦ 다른 사람이 이야기하는 도중에 말을 막거나 끼어들지 않고 의문이 있으면 말이 끝난 뒤에 묻는다.
Kailangang hindî sumabat habang nagsasalita ang kausap at magtanóng lamang kapag tapos ng magsalita.

⑧ 화제가 이어지도록 간결하게 요점을 말한다.
Upang ang pag-uusap ay maging maayos, kailangang sabihin nang maigsi ang pangunahing paksa ng usapan.

⑨ 자기주장을 지나치게 고집해서 대화의 분위기가 상하는 일이 없도록 한다.
Ingatang huwág masira ang kapaligiran ng pag-uusap dahil sa naggigiit ng sariling opinyón nang matindi.

⑩ 말은 귀로만 듣는 것이 아니라 표정, 눈빛, 몸으로도 듣는다는 자세로 확실한 반응을 보인다.
Kailangang tumugon nang tiyak sa usapan sa pamamagitan ng postura ny nakikinig hindî lamang ang tainga kundi nakikita rin sa galaw ng mukha, titig at katawan.

⑪ 대화 중에 자리를 뜰 때에는 양해를 구하고, 다른 사람에게 방해가 되지 않게 한다.
Kapag kailangang lisánin ang lugar habang nag-uusap, nararapat na humingi ng pang-unawa sa kausap pagkatapos ay lisánin ang lugar nang hindî lumilikha ng gambala sa ibá.

⑫ 대화를 마치고 난 뒤에는 상대에게 감사를 표한다.
Kailangang magpasalamat sa kausap kapag natapos ang pag-uusap.

7. 전화할 때의 예절: Magandang Panuntunan Para sa Pakikipag-usap sa telépono

1) 전화를 걸 때: Kapag tumatawag sa telépono

① 전화를 걸기 전에 미리 용건을 정리해 짧은 통화가 되게 한다.
Bago ka dumayal sa telépono, kailangang isáayos ang layunin ng pagtawag upang malimitahan ang haba ng pakikipag-usap sa telépono.

② 상대가 전화를 받으면 정확하게 연결되었는지 상대를 확인하고, 자기를 소개한다.
Kapag sinagot ang kabiláng linya, alamin mo muna kung tama ang tinawagan at pagkatapos ay ipakilala ang sarili.

③ 상대가 이쪽을 알아차리면 먼저 인사부터 하고 용건을 말한다.
Kapag nakilala ka na ng tao sa kabiláng linya, nararapat na bumati ka muna at pagkatapos ay sabihin ang layunin ng pagtawag.

④ 다른 사람이 받으면 정중하게 바꿔 주기를 청하고, 상대가 없으면 받은 사람에게 전해 줄 수 있는가를 정중하게 묻고 용건을 말한다.
Kapag ibáng tao ang nakasagot sa kabiláng linya, magalang mong ipakiusap na ibigay ang telépono sa taóng nais mong kausapin. Kapag wala ang taóng iyong pakay, magalang mong tanungin kung maaaring mag-iwan ng mensahe at pagkatapos ay sabihin mo ang layunin.

⑤ 용건이 끝나면 정중하게 인사하고, 전화를 끊겠다고 말하고 끊는다. 어른이 받았을 경우에는 먼저 끊는 것을 확인한 후에 끊는다.
Kapag natapos na ang pakikipag-usap, kailangan mong magpaalam at pagkatapos ay ibába mo ang telépono.
Kapag mas matanda ang tao sa kabilang linya. kailangan maghintay hanggang sa pagbababa ng telepono niya.

2) 전화를 받을 때: Kapag tatanggap ng tawag sa telépono

① 신호가 울리면 수화기를 들고, 평온한 말투로 먼저 대답을 하고 자기를 소개한다.
Kapag tumunog ang telépono, iangat mo ito at magsalita nang mahinay, at pagkatapos ay ipakilala ang iyong sarili.

② 전화를 건 사람이 확인되면 먼저 인사부터 한다.
Kapag nakilala mo na ang kausap, kailangan na manguna ka sa pagbati.

③ 다른 사람을 찾으면 친절하게 기다리라고 말하고 바꾼다.
　　Kapag ibáng tao ang pakay ng iyong kausap, sabihin sa kanya na maghintay sandali at pagkatapos ay ibigay ang telépono sa taóng gustó niyáng makausap.

④ 받을 사람이 없으면 그 사정을 설명하고, 대신 받아도 되겠느냐고 묻는다.
　　Kapag wala ang pakay na tao, ipaliwanag sa kausap ang dahilán, at itanóng kung maaaring iwanan sa iyo ang mensahe para sa taóng iyon.

⑤ 남에게 온 전화일 때에는 누가 언제 무슨 일로 전화했다는 통화내용을 기록해서 전해 준다.
　　Para sa tawag ng ibáng tao, kailangang itala kung sino, kailán at bakit tumawag, at sabihin ito sa taóng gustóng kausapin ng tumawag.

⑥ 통화가 끝나면 정중하게 인사하며, 가능하면 전화를 건 사람이 먼저 끊은 다음에 수화기를 내려놓는다.
　　Kapag natapos na ang pakikipag-usap, kailangan na magalang kang magpaalam. ibába ang telépono, kung maaari ay pagkatapos munang maibába ng kausap ang kanyang linya.

⑦ 잘못 걸려온 전화라도 친절하게 응대한다.
　　Kahit ang natanggap na tawag ay mali ang número, kailangang sumagot nang maayos sa telépono.

8. 편지할 때의 예절: Magandang Panuntunan sa Paggawa ng Liham

① 편지를 쓸 때에는 직접 하는 대화 때보다 정중한 용어를 쓴다.
　Kapag gumagawa ng liham, kailangang gamitin ang mgá salitang mas magalang kaysa sa pakikipag-usap nang harapan.

② 편지의 내용을 쓰는 순서: Pagkakasunod-sunod na Ayos ng Paggawa ng Liham
　㉠ 첫머리에 편지를 받을 사람의 이름이나 호칭을 쓴다(예: 엄마에게)
　　Sa simulâ, isulat ang pangalan at titulo ng tatanggap ng liham (halimbawa: Mahal kong ina)

　㉡ 계절 또는 날씨를 말하고 상대와 주변의 안부를 묻는다.
　　Mag-ukol ng puna hinggil sa panahon at klima, at pagkatapos ay magtanóng sa tatanggap ng liham tungkol sa kanyang kalusugan at ibá pang bagay

　㉢ 자기의 안부를 전한다.
　　Kumustahin ang tatanggap ng liham at ibá pa.

　㉣ 용건을 말한다('아뢸 말씀은, 드리고자 하는 말씀은' 등)
　　Isulat ang pangunahing layunin ng pagsulat.

　㉤ 상대편의 안녕을 빌며 끝맺음을 한다.
　　Tapusin ang liham na nagmimithi nang mabuting kalusugan at kaligayahan para sa tatanggap ng sulat.

ⓑ 날짜를 쓰고 자기 이름을 쓴다.
　　Isulat ang petsa at pangalan ng magpapadala ng liham

③ 규격봉투의 수신인 난에 상대편의 주소와 이름을 정확하게 쓴다.
　　Sa sobreng akma ng liham, isulat nang wasto ang pangalan at tirahan ng tumanggap ng liham sa bahagi na panig ng taas at kaliwan ng sobre para sa tatanggap.

④ 자녀가 자기의 부모에게 편지를 쓸 때에는 봉투에 부모의 이름을 쓰지 않고, 자기의 이름을 쓰고 "본가입납"이라고 쓰면 된다.
　　Kapag sumulât sa mgá magulang ang anak, isusulat niya ang sariling pangalan at "bongaibnab" sa sobre sa halip na isulat ang pangalan ng mgá magulang.

⑤ 상대편의 이름 뒤에는 "귀하", "에게", "앞" 등을 격에 맞게 골라 쓴다.
　　Idagdag ang "gwiha", "ege", "ap" at ibá pa sa likuran ng pangalan ng padadalhan ng sulat,

⑥ 봉투의 발신인 난에 자기의 주소.성명도 정확하게 쓴다.
　　Isulat nang malinaw ang pangalan at tirahan ng nagpadala ng liham sa bahagi na panig ng ibaba at kanan ng sobre para sa pagpapadala.

9. 절할 때의 예절: Magandang Panuntunan sa Pagyukod

1) 공손한 자세를 취할 때의 손의 모양: Ang korte ng dalawang kamay na nagpapakita ng paggalang

① 두 손을 앞으로 모아 잡고 다소곳하게 서든지 앉는다.
Magkapatong ang dalawang kamay sa tiyán habang nakaupô o nakatindig nang maayos. Dapat nakikita ang likod na bahagi ng mgá kamay.

② 남자가 평상시 손을 모아 잡을 때에는 왼손이 위로 가게 두 손을 포개어 잡는다.
여자는 이와 반대로 오른손이 위로 가게 한다. 차례를 지낼 때에도 이와 같이 한다.
Sa ordinaryong pagkakataón o sa oras ng pagsamba sa mgá ninuno, ang kaliwang kamay ng lalaki ay nakapatong sa kanyang kanang kamay. Kabaligtaran ito para sa babae sapagkat ang kanyang kanang kamay naman ang nakapatong sa kaliwang kamay.

③ 집안에서 상(喪)을 당하였을 때나 문상(問喪)을 갔을 때에는 남자는 오른손이 위로 가게 두 손을 포개어 잡으며, 여자는 왼손이 위로 가게 한다.
Sa oras ng paglalamay sa patay ng pamilya o kaya habang nakikipaglamay sa ibá, ang kanang kamay ng lalaki ay nakapatong sa kanyang kaliwang kamay. Samantala, kabaligtaran naman uli sa babae dahil ang kanyang kaliwang kamay ang nakapatong sa kanang kamay.

④ 소매가 넓은 예복을 입었을 때에는 포개어 잡은 손과 팔이 수평이 되게 올린다.
Kapag nakasuot ng tradisyonal o pormal na damít na may maluwág na manggas, ang mgá kamay na magkapatong at ang mgá braso na nakataas ay nakapantay sa sahig.

⑤ 소매가 좁은 평상복을 입었을 때에는 포개어 잡은 손의 엄지가 배꼽 부위에 닿도록 자연스럽게 앞으로 내린다.
Kapag nakasuot ng ordinaryong damít na may masikíp na manggas, ang mgá kamay na magkapatong ay maginhawang nakababa upang ang mgá hinlalaki ay nakadampi (nakadikit) sa pusod.

⑥ 손을 포개어 잡고 앉을 때 손의 위치는, 남자는 두 다리의 중앙에 얹고 여자는 오른쪽 다리 위에 얹으며, 남녀 모두 한쪽 무릎을 세우고 앉을 때에는 세운 무릎 위에 얹는다.
Kapag nakaupô sa sahig, ang mgá kamay ng lalaki ay nakapatong sa gitna ng kanyang mgá binti samantalang ang mgá kamay ng babae ay nakapatong sa kanyang kanang tuhod.
Kapag nakaupô nang nakataas ang isáng tuhod, lalaki man o babae, ang mgá kamay ay nakapatong sa nakataas na tuhod.

2) 절하는 요령과 횟수: Paraan at Bilang ng Pagyukod

① 살아 있는 사람에게 절을 할 때에 우리나라 전통 예절에서는 남자는 한번, 여자는 두 번을 기본 횟수로 하였으나 오늘날에는 똑같이 한번만 한다.
Sa tradisyonal na kaugalian noong unang panahon, ang lalaki ay yumuyukod lamang ng isáng beses sa buhay na tao, at ang babae ay karaniwang yumuyukod ng dalawang beses. Sa kasalukuyan, ang lalaki at babae ay parehong yumuyukod na lamang ng isáng beses.

② 차례와 장례식에서 죽은 사람에게는 절을 두 번 반을 한다.
  Sa pagsamba sa mgá ninuno at pagrespeto sa patay, ang pagyukod ay kailangang gawin ng dalawang beses at kalahati.

③ 전통혼례식에서는 여자가 먼저 두 번, 다음에 남자가 한 번, 다시 여자가 두 번, 남자가 한 번의 절을 한다.
  Sa tradisyonal na kasal, ang babae ay kailangang yumukod muna ng dalawang beses sa lalaki, pagkatapos ang lalaki ay kailangan yumukod isang beses lang sa babae, pagkatapos magpareho nang ulit, dalawang beses ang babae, isang beses ang lalaki.

④ 절을 할 수 없는 장소에서 절할 대상을 만났을 때에는 절을 하지 않고 경례로 대신한다. 그러나 경례를 했더라도 절을 할 수 있는 장소로 옮겼으면 절을 한다.
  Kapag nakaharap mo ang isáng tao na dapat yukuran sa isáng hindî angkop na lugar, ang karaniwang pagbati ay puwedeng gawin sa halip na pagyukod. Ngunit kung mabago ang lugar at maging angkop ito sa pagyukod, kailangang yumukod ka sa taóng ito.

⑤ 절을 할 수 있는 장소에서 절할 대상을 만나면 지체 없이 절한다. '앉으세요', '절 받으세요'라고 말한다.
  Kapag nakaharap mo ang isáng tao na dapat mong yukuran sa isáng angkop na lugar, kailangan sabihin mo sa kanya, "anjeuseyo, jeol badeuseyo" ("Umupo po kayó at tanggapin po ang aking pagyukod.") at yumukod ka nang walang pag-aatubili.

⑥ 맞절을 할 때는 아랫사람이 먼저 시작해 늦게 일어나고, 웃어른이 늦게 시작해 먼저 일어난다.

Kapag ang bawat isá ay kailangang yumukod, ang nakababata ang dapat magsimulang yumukod at huling tatayo kaysa mas matanda, at ang mas matanda ang mahuhuli sa pagyukod at mauunang tatayo.

⑦ 웃어른이 아랫사람의 절에 답배할 때에는 아랫사람이 절을 시작해 무릎을 꿇는 것을 본 다음에 시작해 아랫사람이 일어나기 전에 끝낸다. 비록 제자나 친구의 자녀 또는 자녀의 친구라도 아랫사람이 성년(成年)이면 답배를 한다.

Bilang tugon sa pagyukod ng mas bata, kailangang simulan ng mas matanda ang pagyukod kapag nakita ang mas bata na lumuhod sa sahig, at tapusin ito bago pa tumayo ang mas bata. Kailangan ang mas matanda ay tumugon sa pagyukod kahit siya ay kanyang disipulo, anak ng kanyang kaibigan o kaibigan ng kanyang anak kung siya ay mayor-de-edad.

3) 남자가 절을 할 때의 예절: Magandang Panuntunan sa Pagyukod ng Lalaki

① 손을 포개어 잡고 대상을 향해 선다.
Tumayo sa harap ng yuyukuran na magkapatong ang mgá kamay.

② 허리를 굽혀 포개어 잡은 손을 바닥에 짚는다. (이때 손을 벌리지 않는다.)
Iyukod ang katawan at hawakan ang sahig na magkapatong ang mgá kamay.(Panatilihing magkapatong ang mgá kamay.)

③ 왼쪽 무릎을 먼저 꿇은 후 오른쪽 무릎을 왼쪽 무릎과 가지런히 꿇는다.
Unahin ang kaliwang tuhod bago ang kanang tuhod sa pagluhod. Kailangang magkatabi ang mgá tuhod.

④ 팔꿈치를 바닥에 붙이며 이마를 손등에 댄다. 이때 엉덩이가 들리지 않도록 한다.
Ilapat ang mgá siko sa sahig at idikit ang noo sa magkapatong na likod na bahagi ng mgá kamay. Ang balakang ay hindî dapat nakaangat.

⑤ 잠시 머물러 있다가 머리를 들며 팔꿈치를 바닥에서 뗀다.
Manatili sa ganitong ayos pagkatapos ay itaas ang ulo at tanggalin ang mgá siko sa sahig.

⑥ 오른쪽 무릎을 먼저 세운 뒤 포개어 잡은 손을 바닥에서 떼어 그 위에 얹는다.
Itaas muna ang kanang tuhod at tanggalin ang magkapatong na mgá kamay mulâ sa sahig at ilagay ang magkapatong na mgá kamay sa kanang tuhod.

⑦ 오른쪽 무릎에 힘을 주며 일어나서 왼쪽 발을 오른쪽 발과 가지런히 모은다.
Tumayo na ang lakas ay nasa kanang tuhod, pagkatapos ay ilagay ang kaliwang paa sa tabi ng kanang paa.

4) 여자가 절을 할 때의 예절: Magandang Panuntunan sa Pagyukod ng Babae

◎ 큰절[keunjeol]:부모님, 친척 어른, 제례 등의 의식행사에 쓰임
Ang pormal at mababang pagyukod (malalim na pagyukod) para sa mgá magulang, nakatatandang kamag-anak, pagsamba sa mgá ninuno, at ibá pa.

① 포개어 잡은 손을 어깨높이로 수평이 되게 올린다.
Itaas ang magkapatong na mgá kamay at ipantay sa mgá balikat.

② 고개를 숙여 이마를 손등에 붙인다. (엄지손가락 안쪽으로 바닥을 볼 수 있게 한다.)
Iyuko ang ulo hanggang ang noo ay lumapat sa magkapatong na likod na bahagi ng mgá kamay. (Tingnan ang sahig sa loob ng mgá hinlalaki.)

③ 왼쪽 무릎을 먼저 꿇은 후 오른쪽 무릎을 왼쪽 무릎과 가지런히 꿇는다.
Unahin ang kaliwang tuhod bago ang kanang tuhod sa pagluhod. Kailangang magkatabi ang mgá tuhod.

④ 오른쪽 발이 앞(아래)이 되게 발등을 포개며 뒤꿈치를 벌리고 엉덩이를 내려 깊이 앉는다.
Ilagay ang kanang paa sa harap ng kaliwang paa at itiklop ang mgá paa sa ayos na nakapasok paloob ang mgá talampakan at ang mgá sakóng, pagkatapos ay ibába ang balakang upang makaupo nang maayos sa sahig.

⑤ 윗몸을 반(45도)쯤 앞으로 굽힌다. 이때 손등이 이마에서 떨어지지 않도록 주의한다.
Iyukod ang itaas na bahagi ng katawan sa humigit-kumulang na anggulong 45 digri pasulong. (Sa pagkakataong ito, panatiliin na ang magkapatong na likod na bahagi ng mgá kamay ay nakalapat pa rin sa noo.)

⑥ 잠시 머물러 있다가 윗몸을 일으킨다.
　　Manatili sandali, pagkatapos ay iangat ang itaas na bahagi ng katawan.

⑦ 오른쪽 무릎을 먼저 세운다.
　　Unang itayo ang kanang tuhod.

⑧ 일어나면서 왼쪽 발을 오른쪽 발과 가지런히 모은다.
　　Ilagay ang kaliwang paa sa tabi ng kanang paa habang tumatayo.

⑨ 수평으로 올렸던 손을 원위치로 내리며 고개를 반듯하게 세운다.
　　Ituwid ang ulo habang ibinababa ang mgá kamay mulâ sa mgá balikat.

◎ 평절(pyeongjeol):선생님, 연장자, 형님, 누님 인사
　　Karaniwang paraan ng pagyukod para sa guro, matatanda, nakakatandang mgá kapatid

① 포개어 잡은 손을 풀어 양 옆으로 자연스럽게 내린다.
　　Tanggalin sa pagkakahawak/pagkakapatong ang mgá kamay at ilagay sa tabi.

② 왼쪽 무릎을 먼저 꿇은 후 오른쪽 무릎을 왼쪽 무릎과 가지런히 꿇는다.
　　Unahin ang kaliwang tuhod bago ang kanang tuhod sa pagluhod.
　　Kailangang magkatabi ang mgá tuhod.

③ 손가락을 가지런히 붙여 모아서 손끝이 밖(양 옆)을 향하게 무릎과 가지런히 바닥에 댄다.

layos ang mgá daliri ng dalawang kamay at ilapat ang mgá ito sa sahig sa pagluhod. Ang direksyon ng mgá daliri ng kanang kamay ay kanan, at ng mga darili ng kaliwang kamay ay kaliwa.

④ 윗몸을 반(45도)쯤 앞으로 굽히며 두 손바닥을 바닥에 댄다. (이때 엉덩이가 들리지 않도록 하며, 어깨가 치솟아 목이 묻히지 않도록 팔을 약간 굽혀도 괜찮다.)
Iyukod ang itaas na bahagi ng katawan sa humigit-kumulâng na 45 digri pasulong at ilapat ang mgá palad sa sahig. (Sa pagkakataóng ito, ang balakang ay hindî dapat nakaangat at ang mgá braso ay puwedeng ibába nang bahagya upang ang leeg ay
hindî napapailalim sa mgá balikat.)

⑤ 잠시 머물러 있다가 윗몸을 일으키며 두 손바닥을 바닥에서 뗀다.
Manatili sandali pagkatapos ay iangat ang itaas na bahagi ng katawan at tanggalin ang mgá palad sa sahig.

⑥ 오른쪽 무릎을 먼저 세우며 손끝을 바닥에서 뗀다.
Unang itaas ang kanang tuhod at tanggalin ang mgá daliri ng mgá kamay sa sahig.

⑦ 일어나면서 왼쪽 발을 오른쪽 발과 가지런히 모은다.
Ilagay(Dalhin) ang kaliwang paa sa tabi ng kanang paa habang tumatayo.

⑧ 손을 다시 포개어 잡고 원래 자세를 취한다.
Pagpatungin uli ang mgá kamay at bumalik sa unang ayos.

10. 가족이나 친척의 상을 맞이할 때의 예절: Magandang Panuntunan Kapag may Mamamatay sa Pamilya o Kamag-anak

① 사람이 위독하여 죽음을 앞두게 되면 병원에 입원하기도 하나 가능하면 평소 살던 집의 안방으로 모시고 머리가 동쪽으로 향하게 눕힌다.
Kapag ang isáng tao ay may malubhang karamdaman at mamamatay na kahit dalhin pa sa ospital, mas mabuting dalhin siya sa pangunahing silid-tulugan ng bahay na kanyang tinitirahan at ihiga siya na ang kanyang ulo ay nasa silángan.

② 환자가 보고 싶어 할 사람과 환자를 보아야 할 사람에게 연락을 취한 뒤 환자의 곁을 떠나지 않고 조용히 지킨다.
Kailangang ipaalam ang kalagayan ng maysakit sa mgá taóng gustó niyáng makita pati na rin sa mgá taóng gustóng dumalaw sa kanya. Manatiling tahimik sa tabi ng maysakit at huwág siyáng iwan.

③ 집의 안팎을 정돈하고, 환자가 세상을 떠났을 때 알려야 할 곳을 기록해 정리하고, 가족들이 해야 할 일도 각자 준비한다.
Ang loob at labas ng bahay ay kailangang maayos, at mailista ang impormasyon, tulad ng tirahan, teléfono at ibá pa ng mgá taóng dapat makaalam ng sitwasyon, at ang bawat isá sa pamilya ay kailangang maghanda ng mahahalagang bagay na gagawin.

④ 환자의 마지막 유언을 조용한 가운데 잘 듣도록 한다.
Kailangang pakinggan ang huling kahilingan ng maysakit sa tahimik na atmospera.

⑤ 환자의 옷을 깨끗한 옷으로 갈아 입힌다.
Kailangang palitan nang malinis na damít ang maysakit.

⑥ 가능하면 의사가 환자의 곁을 지키도록 하고, 그렇지 못할 때에는 환자의 입이나 코 위에 솜 등을 얇게 펴놓아 숨지는 것을 알 수 있도록 한다.
Kung maaari, mayroóng manggagamot na nagbabantay sa maysakit. Kung walang manggagamot, maglagay nang manipis o magaan na bagay tulad ng isáng pirasong bulak sa ilong at bibig ng maysakit upang mabatid kung siya'y humihinga pa o hindî na.

⑦ 환자가 숨을 거두면 의사를 청해 사망을 확인하고 사망진단서를 받는다.
Kapag hindî na nahinga ang maysakit, humingi sa manggagamot ng sertipikong nagpapatunay ng pagkamatay ng maysakit.

⑧ 사망이 확인되면 지키던 가족과 친척들은 슬픔을 다한다.
Kapag may kumpirmasyon na ng kamatayan, magluluksa na ang pamilya at mgá kamag-anak ng namatay.

⑨ 숨을 거둔 후 한 시간 내에 반드시 죽은 이의 가족이 아래의 절차로 주검을 수습하여 모신다.
Sa loob ng isáng oras ng kamatayan, kailangang isáayos ng pamilya ang bangkay ayon sa pagkakasunod-sunod na gawain.

1) 죽은 이의 눈을 손으로 쓸어내려 잠자듯이 감긴 후 머리가 남쪽으로 가도록 방의 한쪽에 반듯하게 눕힌다.
Sa pamamagitan ng kamay, isára ang mgá mata ng patay upang magmukhang natutulog lamang, at ihiga nang tuwid sa sahig na malapit sa dingding ng silid na ang ulo ay nasa direksyong timog.

2) 주검의 발바닥을 벽에 닿도록 하여 반듯한 모습으로 유지시키고, 무릎을 곧게 펴서 붕대나 질긴 백지 등으로 묶는다. : Idikitang mgá talampakan ng bangkay sa dingding upang manatiling deretso, at talian ang mgá nakatuwid na tuhod ng benda o matibáy na puting papel.

3) 두 손은 배 위로 모아 오른손이 위로 가도록(여자의 경우는 왼손이 위로 가도록 함) 포갠 뒤 역시 붕대나 백지 등으로 묶는다.
 Ilagay ang dalawang kamay sa tiyán, ang kanang kamay ay nakapatong sa kaliwa kung lalaki (ang kaliwang kamay ay nakapatong sa kanan kung babae), at talian ang mgá kamay ng benda o matibáy na puting papel.

4) 머리를 반듯하게 하고 입에는 나무젓가락 등에 솜을 말아 물려서 오무려지지 않도록 한 후, 솜으로 귀를 막고 거즈 등으로 코와 입을 덮어 벌레나 작은 곤충 따위가 들어가지 못하도록 한다.
 Panatilihing nakatingala ang mukha at lagyan ng cotton pad ang loob ng bibig (halimbawa: isáng pirasong chopstick na gawa sa kahoy na binalutan ng bulak) upang hindî lumubog ang mgá pisngi, at ipasok ang bulak sa mgá butas ng tainga at takpan ng gasa ang ilong at bibig upang hindî pasukan ng mgá uod at maliliit na insekto.

5) 홑이불로 얼굴을 포함한 몸 전체를 덮는다. : Takpan ng kumot ang buong katawan ng bangkay pati na ang mukha.

⑩ 시신을 병풍이나 장막으로 가리고, 그 앞에 향상(香床)을 차려 향을 피우며, 두 개의 촛대를 향로 좌우에 세워 촛불을 켜 빈소를 차린다.

Maggawa ng silid na pangseremonya para sa patay sa pamamagitan ng paglalagay ng natitiklop na skrin o kurtina para makanlungan ang patay at pagsunog ng insenso sa mesa na nakalagay sa harap ng tabing at may mgá kandila sa bawat tabi ng sunugan ng insenso.

⑪ 방안을 다시 정리한 뒤, 빈소를 지키며 조문객을 맞는다.
Muling ayusin ang silid, at tumanggap ng mgá nakikiramay habang binabantayan ang silid na pangseremonya.

⑫ 시신을 입관(入棺)한 다음, 가족과 가까운 친척들은 상복으로 갈아입는다. 한복을 입을 경우에는 흰색으로, 양복을 입을 경우에는 검은색 양복과 넥타이를 사용한다. 남자는 무명으로 만든 흰색의 건(巾)이나 삼베로 만든 건을 머리에 쓰며, 여자의 경우는 흰색 머리쓰개를 쓴다.
Pagkatapos mailagay ang bangkay sa kabaong, kailangang magpalit ang pamilya at mgá malalapit na kamag-anak ng damít na panluksa. Kung magsusuot ng tradisyonal na kasuotan, ang kulay ay dapat puti. Kung magsusuot ng terno na may kurbata, ang kulay ay dapat itim. Ang lalaki ay nakasumbrero ng gawa sa puting tela o abaka at ang babae ay nakasumbrero ng puting tela.

11. 제사 지낼 때의 예절: Magandang Panuntunan sa Pagsamba sa mgá Ninuno ng Pamilya

① 복장은 기본적으로 한복이지만, 양복 정장을 입거나 평상복일 경우에는 화려하지 않은 단정한 옷차림을 한다.
Ang kasuotan ay karaniwang tradisyonal na damít ngunit kapag terno o ordinaryong damít, dapat na ito ay malinis at hindî nagtataglay ng matitingkad na kulay.

② 제사 전날에는 몸을 깨끗이 닦고 경건한 마음가짐을 갖는다.
isáng araw bago ang pagsamba, maglinis ng katawan upang maging taimtim ang pag-iisip.

③ 제사 준비는 모든 가족이 부모님을 돕는 과정에서 제사에 함께 참여할 수 있도록 한다.
Dahil ang bawat isá ay natulong sa mgá magulang sa paghahanda sa pagsamba, ang buong pamilya ay nagsasama-sama sa pagsamba sa mgá ninuno.

④ 제사 중에는 남자는 왼손이 위로, 여자는 오른손이 위로 가도록 손을 포개어 잡고 다소곳하게 서 있는다.
Sa oras ng pagsamba, ang lahat ay nakatayo nang maayos at magkapatong ang mgá kamay. Ang kaliwang kamay ng lalaki ay nakapatong sa kanang kamay, at ang kanang kamay ng babae ay nakapatong sa kaliwang kamay.

⑤ 절은 전통의식에 따라 두 번 한다.
Ang pagyukod ay ginagawa nang dalawang beses ayon sa tradisyonal na pormalidad.

⑥ 술잔을 올릴 때에는 무릎을 꿇고 단정히 앉아 두 손으로 술을 따른 다음 역시 두 손으로 잔을 받들어 올린다.
Kapag naghahandog ng alak sa ninuno, ibuhos ang alak sa baso na gamit ang dalawang kamay at itaas at isilbi ang baso na may alak nang dalawang kamay pa rin habang nakaluhod.

⑦ 부모님의 지시에 따라 제사를 진행한다.
Ang pagsamba ay nagpapatuloy ayon sa panuto ng mgá magulang.

⑧ 제사가 진행 중일 때에는 옆 사람과 잡담을 하거나 불필요하게 움직이는 일이 없도록 주의 한다.
Sa oras ng pagsamba, ingatan ang pag-uusap at paggalaw nang walang kabuluhan

12. 문상을 할 때의 예절: Magandang Panuntunan sa Pakikipaglamay o Pakikidalamhati

① 옷차림은 화려하거나 색상이 요란한 옷을 피하고 단정하게 입어야 한다.
Ang pagsusuot nang makulay o may mgá matitingkad na kulay ay dapat iwasan. Ang damít ay dapat na malinis.

② 먼저 호상소로 가서 자신의 신분을 알리고 분향소로 안내를 받는다.
Ipakilala ang sarili sa kinauukulan upang maituro ang silid na kung saán ginagawa ang pagsusunog ng insenso.

③ 영정 앞으로 나아가 향을 피우고 오른손이 위로 가도록(여자의 경우는 왼손이 위로 가도록) 포개어 잡은 뒤 잠시 서서 죽은 이를 추모하며 슬픔을 나타낸다.
Lumakad patungo sa larawan ng patay at magsunog ng insenso, at tumayo sandali habang ipinapakita ang pagdadalamhati na magkapatong ang dalawang kamay (lalaki: ang kanang kamay ay nasa kaliwa, babae: ang kaliwang kamay ay nasa kanan)

④ 두세 걸음 뒤로 물러나서 영정을 향하여 두 번 절하며, 이때에도 손은 앞의 요령에 따라 포개어 잡는다.
Umatras nang dalawa o tatlong hakbang at yumuko nang dalawang beses sa larawan na magkapatong ang mgá kamay sa paraang tulad ng nabanggit kanina.

⑤ 약간 뒤로 물러나서 상제가 있는 쪽을 향해 선 뒤, 상제에게 한 번 절한다.
Umatras nang kaunti at humarap sa mgá nagluluksa, at yumuko nang isáng beses sa kanila.

⑥ 절을 마친 뒤 꿇어앉아 "얼마나 슬프십니까?" 등 상황에 적합한 인사말을 한다.
Matapos yumuko, lumuhod at magsabi ng nararapat na pagbati tulad ng "eolmana seulpeusimnikka?" (Nakakalungkot naman.)

⑦ 다음 조문할 손님을 위해 공손한 자세로 물러난다.
Lumabas sa silid na may paggalang para sa susunod na makikiramay.

⑧ 다시 호상소로 가서 준비된 부조금품 등을 내놓는다.
Bumalik sa taóng kinauukulan sa mgá nakikiramay at ibigay ang abuloy para sa patay.

⑨ 대접하는 다과가 있으면 간단히 들고 일어난다.
Kapag naghain ng magaang pagkain, kumuha nang kaunti at tumayo para magpaalam.

⑩ 부모님과 함께 문상을 갈 경우에는 부모님의 지시에 따라 조문한다.
Kapag nakikiramay na kasama ang mgá magulang, kumilos nang ayon sa sinabi ng magulang.

III. 국기, 국가 및 국화에 대한 예절
Magandang panuntunan sa Pambansang Watawat, Pambansang Awit at Pambansang Bulaklak

국기게양 Ang Pagtaas ng Pambansang Watawat

경축일에는 깃봉과 기폭 사이를 띄지 않고, 조의를 표할 때에만 깃봉과 기폭 사이를 기폭만큼 내려(조기) 게양합니다.

Tuwing pista opisyal, ang pambansang watawat ay itinataas nang walang pagitan sa dulo ng poste ngunit sa panahon ng paglalamay o pagdadalamhati, ito ay nakababa ng isang haba ng watawat sa dulo ng poste ngunit.

- 국기 다는 날(경축일): Mgá Pista Opisyal na kailangang nakataas nang ganap ang pambansang watawat

  3월 1일(3.1절): Araw ng Kilusan Para sa Kalayaan
  7월 17일(제헌절): Araw ng Konstitusyon
  8월 15일(광복절): IAraw ng Kalayaan
  10월 1일(국군의 날): Araw ng Sandatahan-lakas
  10월 3일(개천절): Araw ng Pagkatatag ng Bansa
  10월 9일(한글날): Araw ng Wikang Hangeul

- 조기 다는 날: Pista Opisyal sa pagtataas ng watawat para sa paglalamay

  6월 6일(현충일): Araw ng Pag-aalala sa mgá Bayani ng Digmaan

국기에 대한 예절 Magandang panuntunan sa Pambansang Watawat

⑴ 국기는 국가의 상징이므로 게양하지 않을 때에는 반드시 깨끗한 함에 넣어 소중하게 보관한다.
　Ang pambansang watawat ay sagisag ng bansa kaya ito ay nararapat na nakatabi nang maayos sa malinis na kahon kapag hindî ginagamit.

⑵ 국기의 색이 바라거나 더럽혀져서 더 이상 사용이 곤란한 경우에는 반드시 소각하도록 한다.
　Kapag hindî na magamit ang pambansang watawat dahil ito ay marumi o kumupas na ang kulay, kinakailangang ito ay sunugin.

⑶ 국기를 게양하거나 내릴 때, 국기가 땅에 끌리지 않도록 주의한다.
　Kapag itinataas o ibinababa ang pambansang watawat, kailangang ito ay ingatang huwág sumayad sa sahig o lupa.

⑷ 국가 기념일에는 반드시 국기를 게양하도록 하며, 가정에서 국기를 게양할 때에는 집 밖에서 보아 대문의 왼쪽에 게양한다.
　Sa mgá araw na pistang pambansa, ang pambansang watawat ay dapat nakataas. Kapag ang pambansang watawat ay itaas sa bahay, nararapat na gawin ito sa kaliwang panig ng tarangkahan ng bahay kung titingnan mulâ sa labas.

⑸ 평상시나 경축일 등에 게양할 때에는 국기를 깃봉 바로 밑에 이어 게양한다.
　Sa ordinaryong araw at sa karaniwang pista opisyal, ang pambansang watawat ay ganap na itinataas hanggang sa dulo ng poste.

(6) 현충일 등 조의를 표해야 할 때에는 깃봉과 국기 사이를 기폭만큼 띄워 게양한다. 단, 깃대가 짧을 경우에는 깃대의 중간 위치에 국기를 게양한다.

Sa panahon ng paglalamay o pagdadalamhati katulad ng Araw ng mgá Bayani ng Digmaan, ang pambansang bandila ay itinataas nang may pagitan ng isang haba ng watawat sa dulo ng poste. Kapag ang poste masyadong mababa, ang pambansang watawat ay nakataas sa gitnang bahagi lamang ng poste.

(7) 비나 눈이 올 때에는 국기를 게양하지 않는다. 게양한 후에 비나 눈이 올 경우에는 즉시 거두어들였다가 날이 개면 다시 게양하여야 한다.

Sa panahon ng tag-ulan o may niyebe, ang pambansang watawat ay hindî itinataas. Kapag biglang umulan o magkaroón ng niyebe, ito ay kailangang tanggalin agad, matapos maitaas ito ulit,

(8) 국기에 대해 경례를 할 때, 평상복을 입은 사람은 국기를 향해 바른 자세로 서서 오른손을 펴 왼쪽 가슴에 올리고 국기에 주목한다.

Kapag nagpupugay sa pambansang watawat, ang mgá taóng nakasuot ng ordinaryong damít ay kailangang tumayo nang tuwid paharap sa watawat, pagkatapos ay itaas ang kanang kamay at ilagay sa kaliwang bahagi ng dibdib, at magpugay sa pambansang watawat.

(9) 평상복을 입은 상태에서 모자를 쓰고 있을 경우에는 오른손으로 모자를 벗어 들고 모자의 안쪽을 왼쪽가슴에 댄 채 국기에 주목한다.

Para sa mgá taóng nakasuot ng ordinaryong damít na may sombrero, dapat na tanggalin ang sombrero at ipatong sa
kaliwang bahagi ng dibdib, at masdan ang pambansang watawat.

⑽ 군인이나 경찰관 등 제복을 입은 사람은 거수경례를 하고 국기에 주목한다.

Ang mgá sundalo, mgá pulis at ibe pa na naka-uniporme ay kailangang magbigay ng saludong pang-militaryo, at masdan ang pambansang watawat.

⑾ 국기의 게양식 및 하강식이 진행될 때, 국기를 볼 수 있는 위치에 있는 사람은 국기를 향하여 경례를 하며, 애국가 연주만 들리는 경우에는 그 방향을 향해 바른 자세로 선 채 연주가 끝날 때까지 움직이지 않는다.

Habang kasalukuyang ginagawa ang pagtataas at pagbababang pambansang bandila, ang mgá taóng nakakakita sa watawat ay dapat humarap dito at magpugay.

Kung sakaling ang pambansang awit lamang ang naririnig, ang mgá tao ay dapat tumayo paharap sa direksyon ng awit at hindî dapat gumalaw hanggang sa matapos ito.

태극기(국기) Taegeukki(Pambansang Watawat)

- 태극기에 담긴 뜻 : Ang Kahalagahan ng Taegeukki

☐ 바탕 - 흰색 : 우리민족이 좋아하는 색
→ 백의민족
Kulay sa likod (puti): Ito ang paboritong kulay ng ating bansa at nagpapahiwatig ng mga mamamayang mahilig sa puting kulay na kasuotan at mapagmahal sa kalinisan, kainosentihan at kapayapaan.

◯ 원: 태극무늬를 둘러싸고 있는 원은 우주(단일성, 원만함, 통일성)
Ang bilog na nakapalibot sa disenyo ng yin-yang ay nagpapahiwatig ng sanlibutan na nangangahulugan ng kasimplihan, pagkakasundo at pagkakaisá.

● 태극무늬: Disenyo ng Yin-Yang
- 위쪽(붉은색): 양의 세계
  Ang itaas na bahagi (pula) ay nangangahulugan ng daigdig na positibo.
- 아래(파란색): 음의 세계
  Ang ibábang bahagi (asul) ay nangangahulugan ng daigdig na negatibo.
- 서로 맞물려 돌아가는 모습: 음과 양이 세상의 모든 만물을 탄생시킴을 상징.(우리 민족의 무궁한 발전과 창조정신을 나타냄.)

Ang umiikot na hugis na magkasamang nakasara ay nagsisimbolo ng prinsipyo ng yin-yang na nagbigay ng buhay sa lahat ng nilikha sa daigdig. (Nagpapakita ng panghabangbuhay na pagsulong at ng diwa ng paglikha ng bansa)

4괘: 4 Trigrams (Apat na Anyo ng tatlong magkahanay na mgá linya)

- 건(☰):하늘을 나타냄.- Ang Goen ay tumutukoy sa langit.
  - 계절:봄
    Panahon: Tagsibol
  - 방향:동쪽
    Direksyon: Silangan
  - 뜻: 너그럽고 어짐(인).
    Kahulugan: Pagbubukas-palad at Kabaitan
- 곤(☷):땅을 나타냄. - Ang Gon ay tumutukoy sa lupa.
  - 계절:여름
    Panahon: Tag-init / Tag-araw
  - 방향:서쪽
    Direksyon: Kanluran
  - 뜻: 의로움(의)
    Kahulugan: Katarungan
- 감(☰) :달 또는 물을 나타냄.
  Ang Gam ay tumutukoy sa buwan o tubig.
  - 계절:겨울
    Panahon: Taglamig
  - 방향:북쪽
    Direksyon: Hilaga
  - 뜻:지혜(지)
    Kahulugan: Kaalaman/Karunungan

o 이(☰) :해 또는 불을 나타냄.
　Ang ibig sabihin ng I ay araw o apoy.
　- 계절:가을
　　Panahon: Taglagas
　- 방향:남쪽
　　Direksyon: Timog
　- 뜻:예의(예)
　　Kahulugan : Paggalang

국가國歌에 대한 예절 Magandang panuntunan sa Pambansang Awit

(1) 우리의 국가인 '애국가(愛國歌)'에 대해서는 4절까지의 가사 전체를 정확히 알고 있어야 함은 물론 포함된 의미도 이해하고 있어야 한다.
Kailangan tandaan nang wasto ang apat na saknong ng Pambansang Awit na Aegukga at unawain ang kahalagahan ng lirika..

(2) 국민의례시 애국가 제창은 4절까지 하는 것을 원칙으로 하나, 부득이한 경우에는 1절만 제창할 수도 있다.
Sa prinsipyo, ang apat na saknong ay kailangang awitin lahat sa pambansang seremonya. Ngunit sa hindî maiiwasang pagkakataón, puwedeng ang unang saknong na lamang ang kantahin.

(3) 애국가를 제창할 때에는 경건한 마음으로 일어서서 끝날 때까지 움직이지 않는다.
Habang kinakanta ang pambansang awit, dapat na tumayo nang maayos at walang galaw hanggang matapos ang kanta.

(4) 애국가는 어떤 경우라도 가사를 함부로 고쳐 부르거나 곡을 변조하여 불러서는 안 된다.
Kahit anóng mangyari, hindî dapat kantahin ang pambansang awit na may pinalitang mgá salita, tono o ritmo.

애국가(국가) Aegukga(Pambansang Awit)

애국가 가사에 담긴 뜻: Kahalagahan ng Nilalaman ng Aegukga

제1절: 1 Unang talata

동해물과 백두산이 마르고 닳도록 하느님이 보우하사 우리나라 만세 (넓고 깊은 동해 바다와 높고 푸른 백두산은 우리의 상징이다. 단군시대부터 오늘까지 긴 역사를 지켜왔다.)

Hanggang ang dagat-silangan ay matuyo at ang bundok ng Baekdu ay gumuho, ang Panginoon ay nagbabantay sa atin habambuhay. Mabuhay ang ating bansa!

(Ang malawak at malalim na dagat-silangan at ang mataas at luntiang bundok ng Baekdu ay sumasagisag sa ating bansa at nag-iingat ng mahabang kasaysayan magmulâ sa panahon ng Dangun hanggang sa ngayón.)

제2절: Pangalawang Talata

남산위에 저 소나무 철갑을 두른 듯 바람서리 불변함은 우리 기상일세 (소나무의 푸른 모습에서 충신, 열사의 지조를 생각한다. 어려움 속에서도 뜻을 굽히지 않는 지조는 우리의 자랑이다.)

Katulad ng punong pino sa bundok ng Namsan na nananatiling nakatayo nang matatag na parang may kalasag, mahangin man o mayelo, walang pagbabago ang ating matibáy na kalooban.

(Magmulâ sa luntiang puno ng pino, binibigyan natin ng kabuluhan ang mgá tapat na tagasunod at ang mgá makabayan. Ang katapatan na hindî nabubuwag sa panahon ng pagsubok ay ating karangalan.)

제3절: 3 Pangatlong Talata

가을 하늘 공활한데 높고 구름 없이 밝은 달은 우리가슴 일편단심일세
(가을하늘은 맑고 푸른 이상을 갖게 한다. 나라와 겨레를 위하여
충성심을 가슴 깊이 간직한다.)
Maaliwalas, mataas at walang ulap ang langit sa panahon ng taglagas
at ang ating puso ay matatag at tapat tulad ng maliwanag na buwan.
(Ang himpapawid sa panahon ng taglagas ay nagpapanatili ng ating
malinaw at asul na mithiin. Iniingatan natin ang dignidad sa ating puso
para sa bayan.)

제4절: 4 Pang-apat na Talata

이 기상과 이맘으로 충성을 다하여 괴로우나 즐거우나 나라 사랑하세
(우리 민족은 평화를 상징하는 민족이다. 끊임없는 침략 속에서 우리
민족은 단결하여 외적을 물리쳤다.)
Sa ganitong kalooban at diwa, ibigay ang buong katapatan at mahalin
ang ating bayan sa kahirapan man o kasayahan.
(Ang ating bayan ay sumasagisag ng bayang mapagmahal sa
kapayapaan. Laban sa walang katapusang panlabas na pagsalakay,
nagapi ito ng ating bansa sa pamamagitan ng mahigpit na pagkakaisá.)

후렴: Refrain

무궁화 삼천리 화려강산 대한사람 대한으로 길이 보전하세 (무궁화 피어
나는 우리 강산은 아주 아름답다. 우리 모두 삼천리강산에 무궁화를 심고
가꾸자. 다 같이 힘 모아 나라를 지키자.)

Rose of Sharon, isáng libong milya ng maririlag na bundok at ilog. Sa pangangalaga ng kanyang mamamayan, habambuhay na tumindig ang Korea!(Ang ating bayan na pinamumulaklakan ng Rose of Sharon ay napakaganda. Magtanim tayong lahat ng Rose of Sharon sa Korea. Ipagtanggol natin ang ating bansa sa pamamagitan ng pinagbuklod na lakas.)

나라꽃 무궁화: Pambansang Bulaklak "Mugunghwa"

① 반만년 유구한 역사와 더불어 흐르는 배달겨레의 얼이 담긴 꽃
Nagtataglay ng diwa ng liping Koreano ang Rose of Sharon na dumadaloy kasama ang walang-kamatayang kasaysayan na limang libong taón.

② 해 뜸과 동시에 피어서 해짐과 함께 지는 항상 새로운 꽃
Ang Rose of Sharon ay laging umuusbong sa pagsikat ng araw at nalalanta sa paglubog ng araw.

③ 7월에서 10월까지 100일 간에 걸쳐 끊임없이 피어나는 꽃
Patuloy na umuusbong at nalalanta ang mgá bulaklak ng Rose of Sharon magmulâ sa buwan ng Hulyo hanggang Oktubre na 100 araw..

④ 8월 15일경에 가장 활짝 피며 태극모형의 씨를 가진 꽃
Ang Rose of Sharon ay namumukadkad nang husto sa mgá kalagitnaan ng Oktubre, at ang mgá buto nito ay nagpapakita ng disenyo ng yin-yang.

⑤ 애국가의 후렴 속에 항상 피어나는 조국통일을 염원하는 꽃
Ang Rose of Sharon ay laging nasa bahagi ng "refrain" ng Pambansang Awit at ito ay nagpapahiwatig ng matinding hangarin para sa pagkakabuklod ng bansa.